Phan Nhật Nam

Mùa Hè Đỏ Lửa

Phan Nhật Nam

Mùa Hè
Đỏ Lửa

Nhà Xuất Bản SỐNG
2015

Mùa Hè Đỏ Lửa

Phan Nhật Nam

Copyright © 2015 Nhà Xuất Bản Sống - USA

ISBN: 978-1-941848-17-3

Chủ Biên	Khánh Hòa
Layout	Vũ Đình Trọng

Thiết kế bìa   Kevin Trần

Hình minh họa

Requiem by The Photographers Who Died in Viet Nam
and Indochina Internet

Nhà Xuất Bản Sống

Tái bản tại Hoa Kỳ - 4/2015

15751 Brookhurst St., #225

Westminster, CA 92683

Đặt mua sách: 714-856-4635 * 714-531-5362

Email: tuanbaosong@gmail.com

Ấn phí: $22.

MỤC LỤC

viết trong lửa,
giữa sự chết!

Cách đây 50 năm, tại Nghĩa Trang Quân Đội Gò Vấp, Gia Định những buổi chiều mưa dầm Tháng 6 Miền Nam, anh xoay xở quay quắt giữa những thây chết của những người lính thuộc đơn vị đầu đời, Tiểu Đoàn 7 Nhẩy Dù; các đơn vị bạn, Tiểu Đoàn 52 Biệt Động, Tiểu Đoàn 2/7 Sư Đoàn 5 Bộ Binh... Những người chết của chiến trận Đồng Xoài, Bình Dương nổ ra từ những ngày đầu Tháng 6.

Năm ấy, đối với một gã lính vừa qua tuổi 20, sau vài năm quân ngũ, sự mất mát của hàng trăm chiến hữu, lại chỉ được đưa về nghĩa trang sau nhiều ngày kể từ khi tử trận quả đã là quá tàn khốc. Những thây xác căng cứng, xanh đen, tím thẫm, dòi bọ lúc nhúc bò theo những vết thương sũng máu. Máu người, nước mưa, bùn lầy quyện chặt... Khoảng đất nghĩa trang đặc sánh bởi máu, thịt, da con người theo nước mưa chảy vữa. Xóm nhà dân trước nghĩa trang phải di tản do mùi hôi thối bốc kín đặc không gian. Tiếng kêu khóc của thân nhân tử sĩ âm âm oán thán, xót xa, xé cắt...

Có bà cụ vật vã thều thào bên chiếc poncho gói xác người vừa lật mặt để nhìn ra.. *Nam ơi! Nam ơi! Sao cháu bỏ bà...* Anh ngồi xuống bên cạnh bà cụ... *Bà ơi, con cũng tên Nam, cha mẹ không còn, con gọi bà bằng bà thay anh Nam.*

Trở về hậu cứ đơn vị nơi phi trường Biên Hòa, sân cờ tiểu đoàn trắng màu khăn tang, con trẻ chạy thất thanh quanh những người mẹ lăn lộn trên bậc thang trước văn phòng các đại đội. *Thiếu úy ơi! Thiếu úy ơi!* Hóa ra anh là một vài sĩ quan còn sót lại của một tiểu đoàn nhảy dù mà tiểu đoàn trưởng, tiểu đoàn phó, 4 đại đội trưởng đồng tử trận; họa chăng còn Đại Úy Phát, Đại Đội Trưởng 74 và đám tàn quân không biết thất lạc nơi đâu. Thế nên, Tháng 6 năm 1965 đã quá sức chịu đựng của con người - Cho dẫu là người lính có khẩu hiệu *Nhảy Dù Cố Gắng!*

Từ trên trực thăng ở Quảng Trị đổ về Huế trong ngày Mồng Bốn Tết Mậu Thân 1968, anh đã thấy ra một Thành Phố Huế âm âm chết lặng. Người Huế chết khi ẩn núp sau những gốc cây bị pháo, hỏa tiễn cộng sản bắn lật ngược, cạnh hàng hàng rào lá chè cháy xém, trên lề đường gạch, đá vỡ vụn, nơi sân nhà trước bàn thờ sụp đổ... Người chết đang quỳ lạy ông bà, với áo mới thấm máu, rách toang; con trẻ chết còn cầm trong tay bao giấy đỏ tiền lì xì đầu năm..

Cảnh chết của Huế không chỉ xẩy ra trong khu Thành Nội, trên đường Mai Thúc Loan, Đinh Bộ Lĩnh, khu sân bay Tây Lộc, ở những cửa thành Thượng Tứ, Đông Ba... Chết ở Huế trùm khắp, mọi chốn, tại mỗi phân đất vùng Bãi Dâu, bên cạnh Sông Hương, nơi sân Trường Gia Hội, Chùa Áo Vàng... Và sau ngày quân Cộng Hòa chiếm lại Kỳ Đài, đám lính cộng sản gồm du kích, đặc công nội thành Huế, và bộ đội miền Bắc bị đánh bật ra khỏi khu cố thủ Gia Hội, trên đường rút lui mang theo những tù nhân vốn chỉ là con trẻ vị thành niên, người già, phụ nữ làm con tin cho lần tháo chạy. Thế nên, cảnh chết, sự chết đã hiện thực với thành phần con tin khốn khổ tội nghiệp nầy.

Cách chết dưới tay lính cộng sản, do thành phần gọi là *"lực lượng nhân dân cách mạng thành phố Huế"* vượt khỏi sự tưởng tượng của bất cứ ai còn có Nhân Tính. Bởi người Huế đã bị tàn sát, bị thảm sát bởi những kẻ cùng chung khu phố, chung xóm nhà cư ngụ. Nên không bỏ sót một người. Không trật một người. Người Huế bị giết do Sự Ác được ngụy danh là *"giải phóng"*. Người Huế bị giết để thỏa mãn mặc cảm vô dụng, tự ti hèn kém, lẫn tự tôn bệnh hoạn của những kẻ gọi là *"trí thức cách mạng"*, điển hình đặc chất Huế như Hoàng Phủ Ngọc Tường, Hoàng Phủ Ngọc Phan, Nguyễn Đắc Xuân, Nguyễn Đoan Trinh, Tôn Thất Dương Tiềm... Người Huế chết nằm chật dưới những bụi lùm Khe Đá Mài, vùng núi Ngũ Tây; những hầm hố chôn người tập thể ở đồng cát

Phú Thứ sùm sụp dưới bước chân của đoàn người tìm kiếm vào giữa năm 1968. Hơi thây chết bốc lên theo nắng đầu hè miền Trung ong óng hờn oan

Nhưng hỡi ôi! Chết ở Huế cũng chưa đủ cho đủ cuộc đau thương của người Việt. Người Việt miền Trung chiếm đầu bảng thống khổ. Mà không phải đợi dài lâu.

oOo

Anh đang ở trên cây số 9, nam Thị Xã Quảng Trị, vùng thôn Mai Đẳng, xã Hải Lăng. Không thể dùng chữ, tĩnh từ nào để diễn đạt. Không thể nói, khóc, la, trước cảnh tượng trước mặt. Chỉ im lặng. Chỉ có thể nghiến răng, bặm môi, dù răng vỡ, môi chảy máu tươi, tay luống cuống, mắt mờ, mũi phập phồng. Không có thể biết gì về thân thể đang mở ra trước sự tàn khốc trước mặt.

Trời ơi! Hình như có tiếng kêu mơ hồ dội ngược ở trong lồng ngực, chận cổ họng, nơi óc não... Hay chỉ là ảo giác khi con người mất hết khả năng kiểm soát. Kiểm soát làm sao được nhịp đập loạn của quả tim, máu chảy ngúc ngắc trăn trở lăn lóc khô khan khó nhọc trong những đường gân căng đến độ chót. Cũng không phải như thế. Anh không biết, hoàn toàn không biết được gì của xác thân. Anh không còn là người đang sống. Vì sống là sống cùng với người sống, chia xẻ vui buồn, đau đớn lo âu với người sống. Chung quanh anh trước mặt chỉ còn một hiện tượng, một không khí - Chết. Phải, chỉ có Sự Chết bao trùm vây cứng. Chỉ có nỗi chết đang tầng tầng phủ chật kính không gian.

Đã sống trong cảnh chết của trận Đồng Xoài năm 1965 như trên vừa viết nên. Đã nằm cùng, ngủ chung với xác chết qua một thời gian dài chiến trận từ

1963, nhưng bên cạnh những người chết câm lặng đau đớn nầy vẫn còn tiếng nói, tiếng động của người còn sống dù là tiếng khóc vật vã, lời kể lể thống thiết hiện thực sự chịu đựng khốn khổ mà chỉ có chiến tranh mới đưa đến cho người. Và mới đây, tháng 4, tháng 5, 1972 ở An Lộc, Bình Long với những ngôi mộ vô danh, mộ tập thể... Hình ảnh người cha im lặng đi tìm từng cái chân, cánh tay của năm đứa con vừa bị tan thây do đạn pháo cộng sản dội vào thị xã. Ở An Lộc, anh thấy được loại người cuối đáy đau thương đó. Tuy nhiên, An Lộc quá nhỏ, thị xã rộng chỉ hơn một cây số vuông, nên cái chết cô đặc lại, ngập cứng vào người nhanh, gọn như nhát dao ngọt. Chết đến chớp mắt, người chưa kịp đón nhận thì đã ngập xuống vũng tối thăm thẳm sau ánh lửa bùng phá rừng rực xé toang.

Nhưng bấy giờ, tháng 7 năm 1972 ở thôn Giáp Hậu, Mai Đẳng, Hải Lâm của Quảng Trị thì khác hơn An Lộc một bậc, hơn trên một tầng, tầng cao ngất. Dài hơn An Lộc một chặng, dài hun hút mênh mông. Sự chết trên 9 cây số đường này là 9 cây số trời chết, đất chết. Chết trên mỗi hạt cát, chết trên đầu ngọn lá. Chết vương vãi từng mảnh thịt. Chết từng cụm xương sống, đốt xương sườn. Chết lăn lóc đầu lâu. Chết rã rời từng bàn tay cong cong đen đúa... Anh đi theo chiếc xe công binh ủi một đường dài, những xác chết, những bó xương bị dồn đống cùng áo quần, vật dụng, chạm vào nhau nghe lóc cóc, xào xạc. *"Đống rác người"* ùn ùn chuyển dịch, một chất nhờn đen đen ươn ướt lấp lánh trên mặt nhựa - Nhựa thịt người! Trời nắng, đồng trắng, con đường im lìm, động cơ chiếc xe ủi đất (phải gọi xe ủi người mới đúng) vang đều đều, hơi nắng bốc lên từng đường trên mặt nhựa, hơi nắng gắt gắt mùi người chết. Ánh sáng có mùi Sự Chết.

Anh ra khỏi 9 cây số đường kinh hoàng, đến La Vang Thượng, xuống đi bộ vào La Vang Chính Tòa, nơi Tiểu Đoàn 11 Dù đang chiếm giữ. Hai cây số đường đất giữa ruộng lúa xanh cỏ, anh đi như người sống sót độc nhất sau trận bão lửa đã thiêu hủy hết loài người. Đường vắng, trời ủ giông, đất dưới chân mềm mềm theo mỗi bước đi, gió mát và không khí thênh thang. Anh ngồi xuống vệ đường bỏ tay xuống ao nước kỳ cọ từng ngón một. Anh muốn tẩy một phần sự chết bao quanh? Có cảm giác lạ: Anh vừa phạm tội. Tội được sống.

Lần tái bản mà chắc sẽ là lần cuối cùng, anh lập lại tình cảnh của 43 năm trước: *Tôi Là Kẻ Có Tội*. Tội sống sót sau những cơn bảo lửa của 1965, 1968, 1972, 1975... Oan nghiệt thay, 40 năm sau 1975, Quê Hương vẫn còn nguyên màu lửa đỏ, giữa sự chết. Lửa thiêu đốt tàn nhẫn. Chết tận diệt thương tâm.

11 Âm Lịch, Tháng Giêng, Ất Mùi, 2015
Để nhớ lần đầu chạm mặt Sự Chết
Khi Mẹ đi khuất, 1961.
Phan Nhật Nam

VIỆT NAM CỘNG HÒA
1954-1975

Việt Nam Cộng Hòa (1954-1975)
Địa Giới Hành Chánh

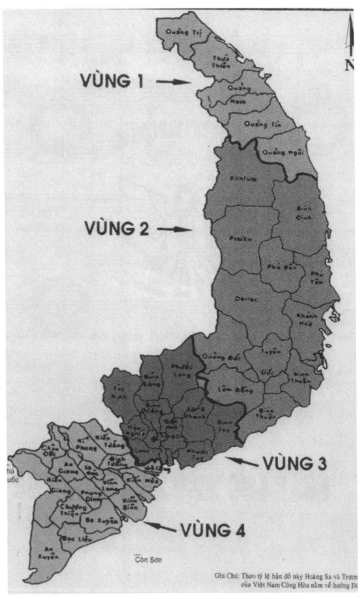

Việt Nam Cộng Hòa (1954-1975)
Vùng Chiến Thuật - Lãnh Thổ Quân Sự

Dẫn Nhập

Viết trong lửa
chưa hề tàn cuộc..

*H*ôm nay đọc lại những giòng chữ viết trong lửa của 42 năm trước mà lúc ấy dẫu với tâm chất đang kỳ năng động, mạnh mẽ của tuổi hai mươi, lòng cũng đã một lần chĩu nặng bởi mối uất hận với câu hỏi thống thiết. Tại sao như thế? Tại sao khổ như thế? Tại sao đau thương như thế hở trời?!

Bốn mươi hai năm sau, đọc lại vẫn thấy ra tình cảnh buổi sáng cuối tháng 6, 1972 theo chân Tiểu Đoàn 11 Nhẩy Dù băng qua bãi cát vùng Cầu Trường Phước, Hải Lăng, Quảng Trị. Nỗi kinh hoàng làm nhấc không nổi bước chân, đành ngồi xuống ngó mông lên mặt nhựa ươn ướt thịt, da con người chảy nhão, miết xuống gây gây mùi tử khí... Lớp nhựa đường đã bị đun nóng bởi một thứ lửa nhân tạo. Lửa được cháy lên do từ áo quần, tay nải, bao bị, gồng gánh, và tế bào thịt da của người tẩm thêm bởi lửa từ xe cộ, xăng nhớt... Tất cả biến thái nên thành ngọn lửa bền bỉ âm ỉ cháy khét từ 29 tháng 4 nay qua tháng 6 vẫn nguyên độ nóng..

Trên chín cây số Nam Thị Xã Quảng Trị mà báo chí Miền Nam đặt nên tên đau thương Đại Lộ Kinh Hoàng hoàn toàn không còn dạng thây ma để được gọi nên là xác chết, mà chỉ là những mảnh xương cốt rời rã, lăn lóc, lẫn lộn đất, đá, cát vương vãi dưới gầm khung xe cháy nám, nơi ổ súng cong queo, sau những bụi lùm trơ trọi, những gò, đụn oan khiên mà ổ mối đùn lên gây tanh mùi máu. Trước cảnh tượng ấy, thấy sống cũng bằng thừa mà chết cũng là là một điều vô ích. Nên chăng chỉ có niềm cầu mong không nói được ra lời.... Ôi làm sao cho xong cuộc máu xương! Và để làm gì của một lần gọi là giải phóng hở người cộng sản đến từ miền Bắc? Và giải phóng cho ai?

Trong cùng lúc hoặc sớm hơn vào thời điểm đầu mùa Hè, 1972 ở An Lộc nơi Bệnh viện Tiểu Khu Bình Long cũng xẩy ra tình cảnh kinh hoàng đau thương tương tự. Vì pháo binh yểm trợ cho các sư đoàn 5, 7 bộ binh cộng sản đã học được một kinh nghiệm hữu dụng: *"Ban ngày chỉ pháo xuống nhiều điểm bên trong thị xã để dân chúng tin rằng "bộ đội giải phóng" không pháo kích vô chỗ bệnh viện!"* Nhưng vào ban đêm, Trường Trung Học Cộng Đồng, Bệnh Viện Tiểu Khu Bình Long... nơi lớp lớp người bị thương đang lê lết trong bãi máu, giữa những người hấp hối để cầu sống sót, cầu được lúc bình yên... Cho dẫu bình yên được chết... Những nơi nầy biến thành những điểm tập trung của pháo binh cộng sản. Điển hình chỉ trong một đêm 10 Tháng 5, tám ngàn quả đạn 130 ly rơi xuống xé toang đám xác người.... Người sống lẫn kẻ chết... Tất cả đồng tung lên ngật ngật với thân thể con người chỉ còn là những mảnh vụn tơi tả lẫn với bụi, khói, mảnh thép...

Với tình cảnh sống/chết đan kín, xen kẽ cùng nhau trong suốt chặng thời gian dài như trên vừa kể ra, nên đã rất nhiều lần, trong đêm khuya bất chợt anh nghe ra tiếng gọi oan hờn từ Nghĩa Trang Quân Đội nhìn từ Đồi Mũ Đỏ, hậu cứ Lữ Đoàn 2 Nhảy Dù trên vùng đồi Long Bình... Để tất cả hiện đủ trong buổi sáng Ngày 30 Tháng Tư Năm 1975. Sự Chết bắt đầu trùm chiếc cánh tối tăm hung hiểm lúc 6 giờ 15 chiều ngày 28 Tháng 4, khi chuỗi bom dưới cánh của những chiếc A37 do viên phi công phản trắc Nguyễn Thành Trung hướng dẫn rơi xuống phi đạo Tân Sơn Nhất. Đạn phòng không bắn lên, phi cơ F5 đuổi theo muộn màng, vô vọng. Cửa ngõ tháo chạy của Sài Gòn đóng sập lại. Cuối cùng, Tân Sơn Nhất thật sự vùng vẫy, hấp hối, chìm dần trong lửa hỏa ngục khi dàn đại pháo, hỏa tiễn cộng sản từ Đồng Dù, Củ Chi, ranh giới Hậu Nghĩa, Gia Định bắt đầu đổ xuống không ngắt nhịp.... Từng trái đạn 130 ly, từng hỏa tiễn 122 ly chính xác rơi xuống... Tân Sơn Nhất vật vã, co quắp, rã chết, sụp vỡ, hấp hối trong khói đen, lửa ngọn...

Sáng 30/4/1975. Anh lục túi lấy hết giấy tờ gồm Chứng Chỉ Tại Ngũ, Thẻ Lãnh Lương, Thẻ Báo Chí,

Chứng Minh Thư mang Danh Số 41 Ban Liên Hợp Quân Sự Trung Ương... ném tất cả xuống miệng cống trước trước nhà sách Khai Trí, Đường Lê Lợi.. *Coi như mình đã chết!* Tiếng đập đục rầm rập từ những cơ sở ngoại quốc, những khối cửa sắt lay động, phá bung, những tấm kiếng tủ lớn bị đập vỡ, đồ đạt kéo lê hỗn độn, vội vàng trên mặt đường. Người mỗi lúc mỗi đông. Đám đông chạy về phía Building Brink, khu Đồn Đất, nhà thương Grall, những nơi có cơ sở của Mỹ kiều, những văn phòng mà chủ nhân đã bỏ đi. Bất chợt, tất cả lắng lại để nghe rất rõ... *Có người tự tử. Có người mới bắn chết. Ai? Lính hả? Không biết, chỉ thấy mặc đồ lính mình. Ở đâu? Ở ngoải, chỗ tượng Thủy Quân Lục Chiến...* Và những bóng người chạy lúp xúp vào cổng Tòa Đô Chính. Anh đưa máy hình lên làm động tác quen thuộc, thuần thục hằng thực hiện trước kia nơi những chiến trường lửa đạn vây bủa. Đồng thời anh chợt nhói đau, nói thầm... Đây là lần cuối cùng. Đây là giờ cuối cùng với cảm giác cạn ly rượu ân huệ hành quyết trước khi bịt mắt dẫn đi bắn.

Một trung đội lính Nhảy Dù mà thật sự chỉ khoảng hơn một tiểu đội giữ nhiệm vụ an ninh cư xá sĩ quan Bắc Hải đặt dưới quyền chỉ huy của Chuẩn Tướng Hồ Trung Hậu, trước 1972 là Tư lệnh phó Sư đoàn Dù. Chuẩn Tướng Hậu đang trải chiếc bản đồ trên mui xe jeep, bàn tính với viên sĩ quan. Khi biết lệnh đầu hàng của Dương Văn Minh được thi hành, ông vất tung chiếc bản đồ, gầm lên lời nguyền rủa... Nhưng viên thiếu úy trung đội trưởng nói lên lời quyết liệt: *"Tôi không đầu hàng, tôi với trung đội sẽ ra bến tàu, lấy tàu đi tiếp tục chiến đấu..."*. Thiếu Úy Huỳnh Văn Thái tập hợp trung đội, hô nghiêm, xếp hàng, ra lệnh di chuyển... Trung đội lính ra khỏi cư xá theo lối cổng Đường Tô Hiến Thành, rẽ vào Nguyễn Tri Phương, đi về phía chợ Cá Trần Quốc Toản, hướng bến tàu. Nhưng những Người Lính Nhẩy Dù của Thiếu Úy Huỳnh Văn Thái không ra đến bến Bạch Đằng, khi tới đến bùng binh Ngã Sáu Chợ Lớn, họ xếp thành vòng tròn, đưa súng lên trời đồng hô lớn... *Việt Nam Cộng Hoà Muôn Năm... Con chết đây cha ơi!* Và những trái lựu đạn tiếp nhau bừng bực nổ sau lời hô vĩnh quyết cùng đất nước Miền Nam.

Cùng với lần quyết tử của Thiếu Úy Huỳnh Văn Thái trên ngõ nhỏ băng ra Chợ Ông Tạ, trong một căn nhà đã diễn nên hoạt cảnh uy nghi bi tráng của cả một gia đình chết cùng vận nước. Thiếu Tá Đặng Sĩ Vĩnh thuộc Khoá 1 Nam Định, chuyên ngành tình báo đặc biệt, biệt phái ngoại ngạch qua ngành viễn thông, phụ trách đường giây quốc ngoại. Người con trai lớn của gia đình, Trung Úy Đặng Trần Vinh sĩ quan Phòng 2 Bộ Tổng Tham Mưu. Toàn gia đình uống chậm những liều thuốc độc cực mạnh đã chuẩn bị từ trước. Cuối cùng Trung Úy Đặng Trần Vinh kết thúc bi kịch với viên đạn bắn tung phần sọ não sau khi đứng chào tấm Đại Kỳ Cờ Vàng Ba Sọc Đỏ với lời hô khiến sông núi cũng quặn thắt thương đau... *Việt Nam Cộng Hòa Muôn Năm!*

Qua những thời điểm trên biên giới sống/chết từ 1972 đến 1975 như vừa kể ra, nên mỗi lần nhắc đến chữ nghĩa, sách vở quả thật anh thấy có điều gì hổ thẹn, ngượng ngùng vì một mối tội - *Tội được sống sót. Tội được bình an trong khi vạn triệu con người ngã chết.* Nay kỳ tái bản không biết lần thứ bao nhiêu (do những ai thực hiện) nơi hải ngoại sau 1975 mà chắc sẽ là lần tái bản cuối cùng, anh mong được trao gởi những lời đã trình bày ở Đại Học Tokyo, 14 Tháng 1, 2002... *"Người Nhật là một dân tộc vĩ đại qua nghi lễ Sepuku (mỗ bụng tự sát) khi danh* *dự cá nhân, tập thể, tổ quốc bị xúc phạm. Dân Tộc Việt không có nghi thức bi hùng, dũng cảm ấy. Tuy nhiên, Người Việt cũng có phương thức riêng để bày tỏ Lòng Yêu Nước, cách gìn giữ phẩm giá Con Người. Người Việt xử dụng Cái Chết để chứng thực nguyện vọng kia qua cách thế im lặng, đơn giản nhưng không kém phần cao thượng. Bi kịch không chỉ xẩy ra với thời điểm 30 Tháng Tư, 1975 với những Tướng Lãnh, Quân Nhân VNCH hiến tế cùng vận nước mà sau đó, suốt hai thập niên 70, 80, hai triệu người Việt Nam, không phân biệt người Nam, hay người Bắc bao gồm những người đã sống lâu dài dưới chế độ cộng sản Hà Nội từ 1945, từ 1954... Tất cả đã cùng phá thân băng qua biển lớn, xuyên rừng rậm vùng Đông-Nam Á, với giá máu 600,000 người chết trên đường di tản ra khỏi nước. Hóa ra những người Việt bình thường đã đồng lần thực hiện một điều mà họ không hề diễn đạt nên lời: **Chết Vì Tự Do để bảo vệ Phẩm Giá, Quyền Làm Người.**"*

40 Năm sau ngày mất Miền Nam, tái bản Mùa Hè Đỏ Lửa lần nầy xem như giữ gìn ngọn lửa Phục Sinh-Hiến Tế mà nhiều Thế Hệ Người Việt đã đốt lên từ trái tim quả cảm vĩ đại của mình - Người Việt Tự Do. Cuộc chiến đấu hiện đang tiếp tục nơi quê nhà vì Dân Chủ-Nhân Quyền Việt Nam.

Viết lại

Với lời kính nguyện

Anh Linh Người Việt đã lâm tử

Trên suốt giải Quê Hương

Sau 22 năm ở Mỹ (11/11/1993-2015)

Phan Nhật Nam

Biểu Tượng Hùng Vĩ của cuộc chiến đấu Mủa Hè Đỏ Lửa. Cờ Vàng Ba Sọc Đỏ dựng lên trên Cổ Thành Quảng Trị, 16 Tháng 9, 1972.

Phóng đồ Tổng Tấn Công 1972 của Cộng Sản Bắc Việt (Chiến Dịch Nguyễn Huệ)
1/4/1972 - 19/1/1973

*Dân và lính
trong lửa đạn
Mùa Hè.*

Chương 1

Nhớ về một ngày hè, vững chắc tay súng

Viết đến, những Người Lính, đã cùng qua Mỹ Chánh, La Vang Quảng Trị; Xa Cam, An Lộc, Bình Long; Tân Cảnh, Kontum... những Người Dân, đã chết khắp nơi. Chốn không ai biết ở Việt Nam.

Năm 1972.

Rất nhiều quân lực, binh đoàn của lịch sử thế giới được nhắc nhở sau chiến tích. Có một quân đội bị lãng quên.

Rất nhiều đơn vị được tuyên công. Đã có một tập thể bị xúc phạm.

Nhiều đoạn quân sử hằng hằng ca ngợi biểu

An Lộc vỡ vụn dưới đạn pháo Cộng Sản Bắc Việt,
Tháng 4-5/1972.

dương. Thật có một đời dài chiến đấu bị xóa bỏ và tàn nhẫn hạ nhục.

Đơn vị đó là của Chúng Ta. Tập thể đó là Chúng Ta. Đoạn quân sử bi hùng đó do chính chúng ta viết nên bằng xương máu của triệu người chết thảm, với mỗi đơn vị, của từng người lính. Đoạn đường đau thương trầm thống vĩ đại ấy là tất cả Miền Nam, bị đánh vỡ cùng lần với đội quân đã Sống - Chiến Đấu - Chết trên vùng đất linh thiêng thiết thân đó - Quân Lực Việt Nam Cộng Hòa.

Hôm nay, mùa Hè ở Mỹ Quốc, dịp Lễ Tưởng Niệm Cựu Chiến Binh đã nằm xuống nơi chiến địa, tại đất nước vĩ đại này hoặc những vùng lửa đạn trên toàn thế giới, trong đó có quê hương chúng ta, Việt Nam - Chiến trường khắc nghiệt nhất mà quân đội Mỹ đã gặp phải trong suốt lịch sử tuy mới mẻ nhưng đầy kỳ tích đáng tự hào của họ.

Nhưng cũng chính trên Quê Hương Khổ Nạn ấy, Quân Lực Hợp Chủng Quốc Hoa Kỳ đã hiện thực nên biểu tượng kiêu hãnh sống động về Người Lính Muôn Thuở: *"Người Chiến Đấu Gìn Giữ Tự Do".*

Sự Nghiệp Vinh Quang kia, riêng chúng ta, Người Lính Miền Nam đã hằng thực hiện, như một nhiệm vụ tất nhiên theo cùng chiều dài lịch sử; nhưng đau đớn thay, chúng ta đã tuẫn nạn cùng lần với Dân Tộc bất hạnh. Người Lính bị tước đoạt vũ khí, bó tay thất trận cùng đành. Lỗi này không do chúng ta vì đã kém chiến đấu hoặc không kiên trì chịu đựng.

Nhưng Dân Tộc luôn trường tồn và lịch sử hằng vững chắc minh chứng lẽ tất thắng của Chính Nghĩa, cho dù có lúc kẻ bạo ngược đoạt quyền, lợi thế, giành về phía chúng quyền *"định nghĩa sự thật, xuyên tạc lịch sử",* vùi lấp người dân vào vũng tối đày đọa với áp buộc ngụy danh *"xã hội, tương lai"* vô cùng tàn nhẫn.

Bởi Tương Lai luôn thuộc quyền sở hữu của toàn khối nhân dân và lịch sử là Linh Đài ghi danh tuyên công Người Lính – Những người thuần thành thực hiện sứ nhiệm Bảo Quốc An Dân. Và chúng ta quả thật là Người Lính Chính Danh ấy vì đã hoàn tất một cách xuất sắc nhiệm vụ cao quý này trước xác chứng của Nhân Dân - Người Dân Niềm Nam Nước Việt, nếu cần diễn đạt chính xác và đầy đủ hơn.

Ngày ấy, một Mùa Hè như hôm nay - Mùa Hè 1972. Buổi chúng ta kiên cường chiến đấu và oai hùng chiến thắng. Chúng ta cần nhắc lại đoạn quân sử hào hùng bi tráng này để cùng nhau sống lại *"đoạn đường chiến binh"* đáng tưởng nhớ và đầy tự hào: Tháng Ba, 1972, ba sư đoàn 304, 308, 324 B, sáu trung đoàn bộ binh thuộc mặt trận B4, ba trung đoàn chiến xa, hai trung đoàn đặc công và một sư đoàn pháo 130 ly, những đơn vị chính quy của quân đội Bắc Việt đã vào Nam từ những ngày rất lâu; có mặt ở chiến trường Trị-Thiên liền sau năm 1968, khi đã thanh toán (qua tay Quân Lực Miền Nam và Quân Đội Mỹ) toàn diện hạ tầng cơ sở lực lượng vũ trang giải phóng Miền Nam với lần gọi là *"Tổng Công Kích, Tổng Nổi Dậy"*, kể từ đêm Giao Thừa Tết Mậu Thân, 1968.

Tháng 4, hai sư đoàn, 320 Sư đoàn Thép và Sao Vàng được một trung đoàn chiến xa yểm trợ tấn công vào Tân Cảnh (Dakto), nơi đặt Bộ Chỉ Huy Tiền Phương Sư Đoàn 22 Bộ Binh với lực lượng tham chiến thực sự chỉ một trung đoàn, tăng phái Lữ Đoàn II Dù. Hướng tiến quân được dọn đường bởi một trung đoàn pháo nặng đặt ở rặng Big Mama Moutain sát biên giới, nơi an toàn, nằm ngoài tầm tác xạ của pháo binh QLVNCH.

Và chỉ riêng Mặt Trận An Lộc, chiến trường hẹp nhất của quân sử thế giới với chiều dài chỉ hơn một cây số, từ điểm phòng thủ cực Bắc (Hoành độ 88) đến bãi đáp trực thăng B 15 ở cực Nam tại thời điểm tháng 5 (Trước ngày 8-6) ngày An Lộc được giải tỏa với lần giao tiếp ở cửa ngõ Xa Cam, giữa Tiểu Đoàn 6 và 8 Dù; và trong khoảng thời gian từ ngày bị vây hãm, tháng Ba 1972, tuyến phòng thủ của quân dân Bình Long đo đúng 800 thước bề dài, 500 thước bề ngang.

Trên diện tích chính xác kia, chỉ trong đêm 11 rạng 12 tháng 5 đã chịu đủ 10,000 quả đạn pháo cối của lần cường tập hỏa lực để ba trung đoàn bộ binh cộng sản được chiến xa dẫn đầu quyết thanh toán gọn mục tiêu. Nhưng quân dân Bình Long-An Lộc đã thủ thế đứng vững và phản công tất thắng.

Mùa Hè 1972, ba vùng Đất Nước Miền Nam bừng bừng khí thế kiên cường Giữ Nước và kiêu hùng Phá Giặc. Nhưng sau ngày Hè oanh liệt kia, chúng ta phải chịu thế bó tay cực độ nhẫn tâm do nhu cầu chính trị của giới cầm quyền nước bạn đồng minh, với người lính Mỹ cuối cùng rời khỏi Việt Nam và khoảng trống quân sự để lại; điển hình với tình trạng khả năng không quân (được xem là ưu thế của chúng ta trên lực lượng cộng sản) hoàn toàn tê liệt: Chỉ "Một" (viết nguyên chữ) trong số Bảy phi cơ C130 còn có thể xử dụng được; Và cũng chỉ "Một" (lại phải viết nguyên chữ) trong tổng số Sáu trực thăng Chinook được xem có khả năng thực hiện phi xuất.

Những số liệu này không do chúng ta quá độ bi thảm hóa nên dựng đặt ra mà là chi tiết tài liệu kỹ thuật do chính Tướng Homer Smith, Tùy Viên Quân Lực Hoa Kỳ nói cùng Olivier Todd, ký giả người Pháp

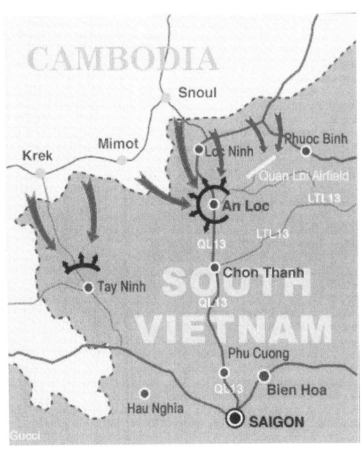

Các hướng tiến công của cộng sản Bắc Việt.

thuộc khuynh hướng xã hội cấp tiến, không hề chung quan điểm, mục tiêu chính trị với chúng ta, phía Người Việt Quốc Gia - Nạn nhân đầu tiên và khốc liệt nhất từ khi người Pháp vào đặt nền đô hộ ở Đông Dương ở cuối thế kỷ trước. Chúng ta không có, không còn vũ khí để tự vệ vì năm 1973, tiếp sau thắng lợi quân sự vẻ vang kia, chúng ta phải va mặt vào một nền Hòa Bình vô cùng quái dị - Hòa Bình do Hiệp Định Paris cố công tô vẽ mà trong đó *"hai bên ký kết chính yếu đã hoàn toàn vắng mặt"* - Vắng mặt có ý thức và đôi bên đều có lợi - Nói theo từ ngữ của người cộng sản!

Chúng ta có quá nhạy cảm khi vạch nên điều vô lý kia chăng?

Sự thật tiếp theo đã bày ra toàn thể mức ác độc của âm mưu tồi tệ này, nên ngày 30 tháng Tư 1975 không hề là một bất ngờ!

Theo Điều 1 Nghị Định Thư về Tù Binh: *"Hai bên Miền Nam Việt Nam sẽ trao trả cho nhau những Nhân Viên Quân Sự bị bắt giữ"*, và cũng theo những điều khoản của Nghị Định Thư này, *"Nhân Viên Quân Sự"* có định nghĩa: *"Là những người thuộc HAI BÊN MIỀN NAM đã tham dự vào các hoạt động quân sự của một bên và bị bên kia bắt giữ!"*

Qua định nghĩa hàm hồ và cực độ biển lận này, những bộ đội, lính tráng, sĩ quan của các đơn vị chính quy cộng sản Bắc Việt trong chớp mắt biến thành, *"những nhân viên quân sự thuộc lực lượng vũ trang giải phóng Miền Nam"* thuần thành và chính thức! Và hệ quả theo chiều hướng lý luận kia, tất nhiên nước Mỹ tự động chấp nhận tính danh: *"Đế quốc Mỹ xâm lược nước ta; là kẻ thù của nhân dân ta!"* từ bộ máy tuyên truyền cộng sản Hà Nội với số lượng 585 nhân viên quân sự, hầu hết là nhân viên phi hành bị bắn rơi trên đất Bắc; trong số có ba (3) quân nhân của các nước thuộc Đệ Tam quốc tịch!

Hai mươi năm sau kể từ ngày ký hiệp định, nếu khi bị người Mỹ truy bách về vấn đề *"còn giam giữ tù binh (Mỹ)"*. Tập đoàn cầm quyền Hà Nội thế nào cũng lập lại luận cứ của Hiệp Định Paris: *"Chúng tôi không tham chiến tại Miền Nam (Theo Điều 1 Hiệp Định và Điều 1 Nghị Định Thư Tù Binh được Chính Phủ Mỹ ký kết đồng thuận và chấp nhận thi hành), vậy thì lấy đâu lý do còn khả năng giam giữ tù binh,"* cũng bởi - *"Tất cả quân nhân vốn thuộc Không Lực Hoa Kỳ, những người bị bắn hạ trên lãnh thổ Bắc Việt thì đã trao trả hết từ 1973".*

Những người từng giữ chức vụ trọng yếu trong chính giới Mỹ, những tổng thống, những phụ tá Harriman, W. Bundy, Lodge... Lẽ tất nhiên cũng phải kể đến những trí não *"siêu đẳng"* cỡ Mc. Namarra, Kissinger; những nhân vật thế giới nổi tiếng do lương tri, trí năng trong sáng như Tổng Thơ Ký Liên Hiệp Quốc U Thant; Đức Giáo Hoàng La Mã Paul VI; cùng những giới chức Tây-Đông, những người đã cố công thúc đẩy, vận động để hoàn thành hiệp định từ khi mới bắt đầu giai đoạn thăm dò tối mật với bí danh *"Kế hoạch Mary Gold",* chỉ được trình trên bàn Tổng Thống Mỹ, Johnson, 1966.

Tất cả chuỗi nỗ lực kiên trì vận động đã diễn ra cùng khắp, tại những thủ đô chính trị thế giới, để đến đỉnh cao với thành quả *"Giải Nobel Hòa Bình",* trao tặng cho *"Kissinger và Lê Đức Thọ, hai kẻ có công lao lớn nhất trong tiến trình thương thảo"* để hoàn thành bước ký kết Hiệp Định *"Tái Lập Hòa Bình Tại Việt Nam"* - Hòa Bình Việt Nam cũng là Hòa Bình

Thế Giới - Hai người này được tuyên công từ mục tiêu cao quý này!

Những người quyền chức, danh tiếng với công cuộc to lớn đáng kính phục kia có bao giờ biết đến, nghĩ ra điều tồi tệ: Tất cả nội dung lời văn, hình thức diễn dịch, tác động hệ quả của bản hiệp định, cuối cùng chỉ là: *"Văn bản hợp thức hóa về kế hoạch Hóa Không"* - Sự *"hóa không"* quái đản trước Lịch Sử và Nhân Dân Việt Nam đối với lần vắng mặt cấp kỳ, không để lại chút dấu tích của một *"đạo quân xâm lược đi từ Miền Bắc Việt Nam"* - Sự triệt tiêu như chuyện hoang đường về một quân đội thực dân chiếm đóng - Quân Đội Nhân Dân của nước Việt Nam Dân Chủ Cộng Hòa.

Thế giới nào có mấy ai Thấy? Nào có mấy ai Tin?

Dân Tộc Việt, Quân Đội Miền Nam căng thân thụ nạn, gánh chịu trò dối trá khinh miệt cực độ tàn nhẫn của toàn thể loài người. Và kết cuộc, Quốc Hội Hoa Kỳ với những người như Thượng Nghị Sĩ W.Fulbright, Dân Biểu Paul McClosky quyết tâm cắt đứt 300 triệu quân viện thặng dư vào giờ phút Miền Nam lâm tử, số tiền không bằng phí khoản giáo dục của một thành phố nhỏ ở Dallas.

Thành quả này cũng được xem như là *"kỳ tích"* đáng tự hào của Đinh Văn Đệ, nguyên Đại Tá Tỉnh trưởng, Chủ Tịch Ủy Ban Ngân Sách Hạ Viện, do đã có ý kiến mạnh mẽ với Quốc Hội Mỹ: *"Không nên tăng viện cho Chính Phủ Sài Gòn"*, tháng 4-1975, lần Đệ cầm đầu phái đoàn Hạ Viện Việt Nam Cộng Hòa sang Hoa kỳ *"xin quân viện khẩn cấp"* khi chế độ miền Nam đang trong cơn hấp hối.

Trước khi báo cáo *"thành tích"* kia đến Dinh Độc Lập, nơi có một người *"gọi là tổng thống Nguyễn*

Từ trái: Trung Tướng Nguyễn Văn Minh (Tư Lệnh Quân Đoàn 3 và Quân Khu 3), Đại Tá Bùi Đức Điềm (phụ tá hành quân SĐ5BB), Đại Tướng Cao Văn Viên (Tổng Tham Mưu Trưởng QI.VNCH), Chuẩn Tướng Lê Văn Hưng (Tư Lệnh SĐ5BB), Tổng Thống Nguyễn Văn Thiệu, và Đại Tá Trần Văn Nhựt (Tiểu Khu Trưởng Bình Long). Hình chụp ngày 7/7/1972, tại Thị Xã An Lộc, Bình Long.

Cũng trong ngày 7/7/1972, Tổng Thống Nguyễn Văn Thiệu viếng thăm nghĩa trang Biệt Cách Dù 81 tại thị xã An Lộc, Bình Long.

Văn Thiệu", (người nổi tiếng khôn ngoan, đa nghi, kẻ đã chọn Đệ làm tay chân then chốt của chế độ), ông *"Chủ Tịch Uy Ban Ngân Sách Hạ Viện, Đại Tá Đinh Văn Đệ"* tường trình cùng Cục R, lẽ tất nhiên cũng với Hà Nội, phía đường giây liên lạc nối dài và kết thúc quyết định. Đệ là người rất mực thân tín của *"TổngThống, Trung Tướng Nguyễn Văn Thiệu"* từ một thủa rất lâu.

Sài Gòn thất thủ như một điều tất nhiên trước vòng vây gồm bốn quân đoàn, và một chiến đoàn đặc nhiệm vừa thành lập với Bí Số 232, tương đương một quân đoàn, của Chiến Dịch Hồ Chí Minh; gồm 15 sư đoàn, 9 lữ đoàn, và 4 trung đoàn bộ binh, 3 lữ đoàn chiến xa, 20 trung đoàn pháo, thuần quân đội Bắc Việt với Văn Tiến Dũng, Lê Đức Thọ, Phạm Hùng... Đến cả trung tá Tùng, trung đoàn trưởng chiến xa 203 với chiếc xe tăng số 879; chiếc xe thoát nạn năm trước ở mặt trận An Lộc, Mùa Hè1972.

Sài gòn thất thủ như một lẽ tất nhiên, dẫu rằng Sư Đoàn Nhảy Dù, Thủy Quân Lục Chiến có khả năng chiến đấu vượt trội, cao hơn hẳn những đơn vị gọi là Sư đoàn Điện Biên, Sao Vàng, Thép (Do đánh giá của giới báo chí phương Tây, những cơ quan thông tin không hề có chút công bình đối với quân lực Miền Nam). Vì quân viện cho tài khóa 1975 chỉ có đúng 475 triệu Mỹ Kim.

Hãy so với 25 tỷ của năm 68-70 và 12 tỷ của 70-71; nên chúng ta đã không có đợt bom *"Daisy Cutter"* (*máy bay C130 võ trang biến cải thành oanh tạc cơ trang bị bom CBU*) tăng cường kịp thời giúp Tướng Lê Minh Đảo có thể kéo dài cố thủ, giữ vững Long Khánh.

Điều này xác chứng với kỳ tích của Trung Đoàn

43, Sư Đoàn 18 Bộ Binh, một thân đương cự, đánh bật đợt tấn công của một sư đoàn bộ binh cộng sản (Sư Đoàn 6), đơn vị tiến công dưới yểm trợ của sư 314 vừa bôn tập từ miền Trung, lẽ tất nhiên cũng khởi đi nơi miền Bắc, đơn vị tiền tiêu của Chiến Dịch 275 do quyết định từ Bộ Chính Trị Trung Ương Đảng Cộng Sản Hà Nội.

Chúng ta cũng nên nhắc lại Điều 9 Hiệp Định Tái Lập Hòa Bình Tại Việt Nam: Chính Phủ Liên Bang Bắc Mỹ và Chính Phủ Việt Nam Dân Chủ Cộng Hòa *"cam kết tôn trọng"* những nguyên tắc sau đây về việc thực hiện Quyền Tự Quyết của Nhân Dân Miền Nam:

1. Quyền Tự Quyết của Nhân Dân Miền Nam là một điều tối thượng và bất khả chuyển nhượng, được tôn trọng bởi tất cả các quốc gia.

2. Nhân Dân Miền Nam sẽ tự quyết định về tương lai chính trị của Miền Nam xuyên qua bầu phiếu phổ thông hoàn toàn tự do và dân chủ.

Màn bi kịch tàn nhẫn chính trị đóng lại ở đây. Hậu quả khắc nghiệt tất yếu của Hiệp Định Paris 1973 không chỉ hiện thực với Ngày Uất Hận 30 Tháng Tư 1975 riêng với Miền Nam; nó tác động lâu dài và cùng khắp, đến ngay với những người đã được gọi là *"phe chiến thắng"*, ở Hà Nội, tại Miền Bắc. Điều nghịch lý này đã xẩy ra từ giờ thất thủ Sài Gòn, khi Người Lính Cộng Hòa buông súng và bắt đầu cuộc lưu đày nơi những trung tâm nhục hình trải dài khắp nước, tập trung và sẵn có ở miền Bắc nói riêng. Vì khi Người Lính Miền Nam buông súng, không chỉ cư dân Miền Nam, những người dù dưới tác động xã hội, giáo dục riêng biệt, và thuộc về nhiều khuynh hướng chính trị khác nhau, cũng nhận ra điều cay đắng, *"lính mình không còn nữa".*

Phải, đối tượng được gọi là *"lính mình"* ấy tuy còn khiếm khuyết, chưa hoàn chĩnh, nhưng quả thật họ là *"người canh giữ"* Miền Nam hơn hai mươi năm qua, kể từ ngày đất nước chia phân, 1954, mà sự phân chia ấy cũng không phải do ai khác. Chính là người cộng sản Việt Nam đã hạ tay quyết định cắt lìa.

Và khi Người Lính ấy xuất hiện dưới hình thái não nề của *"kẻ tù nhân thất trận"* nơi những trại tù ngụy danh khắp miền Nam, ở miền Bắc thì cũng là lần chứng tỏ - Nguồn Hy Vọng đến từ Miền Nam không còn khả năng hiện thực - Hy vọng sống đời Tự Do hoàn toàn bị phủ nhận, vất bỏ. Người Việt Miền Bắc hóa ra là *"kẻ thụ nạn từ chiến thắng"* do chính họ đã góp công dự phần áp đặt xuống phần đất ủ mầm hy vọng cho toàn quê hương. Và hiện tượng cực độ hào hùng, vô vàn bi thảm của hai nghìn năm Lịch Sử Dân Tộc đã bùng vỡ như cơn địa chấn rung rinh toàn bộ địa cầu, lung mờ càn-khôn, úa mầu nhật-nguyệt: Người Việt đồng lần phá thân vượt biển - Hiện thực lựa chọn cuối cùng: TỰ DO HOẶC CHẾT.

Khi không còn Niềm Tin, Hy Vọng - Sống đáng sợ, tệ hại hơn cái Chết. Người Việt hiểu ra nguyên lý giản dị và cao cả này từ lần người cộng sản *"thống nhất nước nhà về mặt nhà nước"*, và hoàn tất mục tiêu *"đánh cho Mỹ cút đánh cho Ngụy nhào"*. Người Miền Bắc lại càng thấm rõ nghĩa đắng cay. Và chắc rằng cũng đậm nét trong lòng người (gọi là) cộng sản nào còn chút lương tri khi xét lại quá trình *"Xẻ dọc Trường Sơn đi cứu nước"* của họ.

Thế nên hôm nay, dẫu đã bị tước mất toàn phần vũ khí, không còn dịp trở về cùng đơn vị, xử dụng số quân; trí lực khỏi phải vận động để nhớ đến số súng, khẩu pháo, con tàu, chiếc chiến xa mà mỗi người

Tướng Hưng (thứ hai từ phải) với trái lựu đạn "Tử Thủ An Lộc" cầm chắc trong tay. Đại Tá Trần Văn Nhựt (bìa trái), và Đại Tá Lê Quang Lưỡng (bìa phải)

Mùa Hè Đỏ Lửa

chúng ta hằng xử dụng, sống cùng - Đã sống rất lâu với tuổi trẻ chỉ có một lần - Lần chúng ta rất mực hãnh diện. Ngày chúng ta là Người Lính thuần thành của toàn Dân Tộc. Người Bảo Vệ và là nguồn Hy Vọng của vạn, triệu người.

Hôm nay, chúng ta nhớ đến Ngày Hè xưa như dấu ấn vinh quang cay đắng. Phải nhớ như một vết thương luôn mới, còn tươi máu - Vết thương Trái Tim Cao Thượng Người Lính bị xúc phạm. Chúng Ta là những Người Lính nhận trách nhiệm vô cùng trọng đại mà Lịch Sử ký thác, và phải trả giá lần không hoàn tất trọn vẹn nghĩa vụ kia cho đến ngày toàn thắng cuối cùng bằng mạng sống của chính mình. Nhưng chúng ta chỉ thất bại trong cuộc chiến và vĩnh hằng sáng rực với nhiệm cao quý mà toàn Dân Tộc đã một lần trao gởi.

Phải, chính là Chúng Ta - Quân Lực đã chiến thắng từ một ngày Hè dậy lửa lớn năm xưa khi chiến hữu toàn quân còn chắc tay súng. Chúng ta quả thật chỉ bị tước mất vũ khí. Chúng ta không hề đào ngũ, trốn chạy, đầu hàng. Bởi, vẫn hằng có những Người Lính Quân Lực VIỆT NAM CỘNG HÒA, những CHIẾN SĨ QUỐC GIA chiến đấu trong bóng tối, sự chết nơi chốn lao tù, trên quê hương khổ nạn cho dẫu đã hơn hai mươi năm sau. Từ rất lâu. Đang thực hiện. Không một ai hay biết. Chúng ta vẫn chiến đấu như Ngày Hè bất diệt ba-mươi năm trước. Chiến đấu với Tinh Thần Việt Nam Cộng Hòa. Không có gì thay đổi.

Chúng Ta tiếp tục duy trì, bảo tồn tính chất Người Lính với mức độ sắt son, cao quý, dẫu hằng ngày vây bọc, công phá bởi muôn ngàn ti tiện, dối trá từ đời sống chính trị lắm mưu mô, nhiều thủ đoạn - Trong đó sinh mạng và giá trị Người Lính bị xài phí vô ích và cực độ phí phạm. Nhưng *"Người Lính Không Hề Chết"*, như Chiến Hữu Chuck Bowman, người Thủy Quân Lục Chiến Hoa Kỳ với hai nhiệm kỳ Việt Nam (1964-66), sau bao nhiêu năm vẫn kiên trì xác định: *"Khi những kẻ (chính trị gia) lợi dụng 'hòa bình với bất kỳ giá nào', cùng những ma thuật hèn hạ của bọn phản chiến để có được thắng lợi đắc cử, thì Việt Nam, Campuchia, Lào lần lượt biến thành những con cừu tế lễ để chúng 'có thêm kinh nghiệm chính trị'. Không như đám tài tử Jane Fonda, Tom Hayden, tôi cảm nhận có một 'trách nhiệm mang tính cách đạo đức' buộc bản thân phải dự phần vào nỗ lực chung với những dân tộc trên toàn thế giới chống lại ách lệ thuộc cộng sản. Việt Nam cũng như Lào, Campuchia lần lượt kinh qua. Hằng mỗi năm, những hứa hẹn giả trá về việc phải hy sinh tự do cho buổi công bình cộng sản, như một chứng ung thư gậm mòn thế giới mà không hề có phương cách thanh toán, loại trừ!"* (Trả lời phỏng vấn Đại Học Oklahoma, 1984)

Chúng ta phải nhắc nhở với nhau như thế vì trận chiến không hề chấm dứt giữa Ánh Sáng và Bóng Tối; Tính Thật và Dối Gạt. Tương Lai luôn có cùng người Trung Chính. Chúng ta là những Người Lính thắng trận Chính Nghĩa cuối cùng này.

Viết để nhớ Ngày 8, Tháng 6, 1972 −2002
Trước cửa vào AN LỘC,
Với Tiểu Đoàn 6 Nhảy Dù.

chương 2

Mùa Hè Đỏ Lửa

ùa Hè, những cơn mưa bất chợt ùn ùn kéo đến, ào ạt chụp xuống núi rừng Kontum, Pleiku... Trời thoắt trở lại xanh, cao khi mưa dứt, nắng hanh vàng ấm trong không khí gây gây lạnh, những đồi cỏ xanh dọc Quốc Lộ 14 bắt đầu óng mượt, cánh cỏ non lớn dài phơi phới dưới sau trận mưa đầu mùa và thung lũng xa vàng

Dân chạy về với Lính Cộng Hòa
(Quảng Trị, Tháng 4, 1972)

rực hoa hướng dương. Không khí, gió, trời mây, và cỏ cây thay đổi hẳn, mới mẻ toàn khối, toàn sắc, vùng cao nguyên lộng lẫy, với từng hạt nắng vàng ối tan vỡ trên đồng cỏ xôn xao gió thổi...

Mùa Hè, gió Lào miền Quảng Trị, Thừa Thiên thổi từng luồng, từng chập, đưa *"con trốt"* chạy lừng lững trên cánh đồng cát chói chang, những đồi hoa sim, hoa dủ dẻ rung rinh bốc khói dưới mặt trời hạ chí. Giòng nước sông Hương, sông Đào, sông Bồ, Mỹ Chánh, Thạch Hãn đục hơn, thẫm màu hơn, lăn tăn từng sợi sóng nhỏ len lỏi khó khăn qua kẽ đá, bãi cát, chầm chậm chảy về phía Tam Giang, cuốn trôi theo đám lá tre già khô úa.

Mùa Hè, những con đường Thành Nội Huế lốm đốm ánh trăng xuyên qua cành lá, cô gái chuyển tấm lưng sau lớp tóc dài dày kín, nâng khối tóc xôn xao lên khỏi chiếc gáy để cơn gió ngắn len qua hàng rào chè xanh thổi khô đi lớp mồ hôi rịn trên những lông tơ nõn.

Mùa Hè, mưa rào tăm tắp đổ xuống kín trời An Lộc, chập chùng ẩn hiện những thân cây cao su nhòa vào nền trời xám tối, khu rừng biến thành khối đêm đen trong khoảng khắc, khối đen chuyển dịch, vẫy vùng ào ạt theo từng cơn lốc gió... Mưa tan, trời tạnh, ánh trăng lạnh nhô lên từ phương tây, cuối bình nguyên lồng lộng, núi Bà Đen ấn một nét đen thẫm thần bí trên nền trời xanh ánh trăng. Và đàn nai bắt đầu tung tăng từ đầu nguồn, cuối lạch... Đàn nai chạy vun vút qua rừng cây, trên đồng cỏ mượt sóng, chạy và ngừng lại, *"bép"* mấy tiếng âm u cùng ánh trăng chập chờn trên sóng cỏ.

Mùa Hè, mùa đẹp đẽ, tươi gắt căng sức sống, ngày ngày nỗ lực trên mặt nước loáng ánh nắng hay đồng lúa nặng hạt. Hạt ngọc của trời, và người dân cất cao tiếng hò...

Được mùa chớ phụ môn khoai,

Đến năm Thân, Dậu lấy ai bạn cùng...

Tiếng hò chạy dài trên lúa, theo cơn gió đưa ra đến đầu ghềnh, cuối cửa sông, tan biến vào cùng sóng nhỏ... Trên mặt nước, con đò xuôi về Thế Chí, Đại Lộc dọc Phá Tam Giang (*), lại vang dội một giọng hò khác phảng phất nét tàn tạ bi thảm của hơi Nam Ai thê thiết... Hò... ơ... ai...về...ạ... ạ... Đại... Lược... ạ... ạ... ai vượt... ạ... ơ... Kế Môn...

Đã từ lâu... Lâu lắm, người dân của ba miền đã qua những mùa hè trong cạn đáy khắc khoải để hy vọng tiếp tục đời sống với mơ ước chỉ đầy chén cơm. Nhưng mùa Hè năm nay, 1972 tất cả hy vọng và mơ ước nhỏ nhoi tội nghiệp kia tan vỡ trong tận cùng kinh ngạc. Bao năm qua, chiến tranh đã quá nặng độ, chiến tranh quá dài, dài thê thảm, dài đau đớn tràn ngập. Người dân Việt mong mỏi đi qua thêm một mùa, một năm, chiến tranh lắng dịu và được sống sót. Nhưng, 30 tháng 3 ở Đông Hà, 24 tháng 4 ở Tân Cảnh, 7 tháng 4 ở An Lộc, 1 tháng 5 cho Huế và Quảng Trị... Hoài Ân, Tam Quan, Bồng Sơn, Bình Giả, Đất Đỏ... Toàn thể những địa danh nơi hốc núi, đầu rừng, cuối khe suối, tận con đường, tất cả đều bốc cháy, cháy hừng hực, cháy cực độ...

Mùa Hè 1972, trên thôn xóm và thị trấn của ba miền đồng bốc cháy một thứ lửa nhân tạo, nóng hơn, mạnh hơn, tàn khốc gấp ngàn lần, vạn lần khối lửa mặt trời sát mặt. Lửa ngùn ngụt. Lửa bừng bừng. Lửa kêu tiếng lớn đại pháo. Lửa lép bép nức nở thịt da người nung chín. Lửa kéo dài qua đêm. Lửa bốc khói mờ trời khi ngày sáng. Lửa gào chêm tiếng khóc của người. Lửa hốt hoảng khi cái chết chạm mặt. Lửa dậy mùi thây ma. Lửa tử khí trùng trùng giăng kín quê hương thê thảm khốn cùng.

Kinh khiếp hơn Ất Dậu (1945), tàn khốc hơn Mậu Thân (1968), cao hơn bão tố, phá nát hơn hồng thủy. Mùa Hè năm 1972- Mùa Hè máu. Mùa Hè của sự chết và tan vỡ toàn diện. Mùa Hè cuối đáy điêu linh. Dân tộc ta sao nỡ quá đọa đày!

Ba sư đoàn bộ binh 304, 308, 324B, cùng sáu trung đoàn địa phương của Khu 5, ba trung đoàn chiến xa, hai trung đoàn đặc công và một sư đoàn pháo nặng 130 ly, cho mặt trận Trị-Thiên. Ba sư đoàn 5, 7, 9, tăng cường sư đoàn Bình Long, hai trung đoàn 202 và 203 chiến xa, được yểm trợ bởi một sư đoàn pháo nặng tại mặt trận An Lộc. Hai sư đoàn 320 (Thép) và Sao Vàng, một trung đoàn chiến xa tấn công vào Tân Cảnh, Kontum; hướng tiến được dọn đường bởi một trung đoàn pháo đặt từ rặng Big Mama Mountain, vùng Ba biên giới Việt-Miên-Lào. Cộng quân chơi trò chơi máu, mở đầu những *"ngày hè đỏ lửa"*, trận cuối cùng để tìm kiếm kết thúc cho mười năm chiến tranh *"giải phóng"* cạn lực, sau *"tổng-công-kích thất bại Mậu Thân 1968"*.

Quân ta phải chống lại. Chống giữ để tự vệ. Chống trả nơi biên giới cuối cùng: Tự Do hay Nô Lệ. Sống hoặc Chết. Trận đấu quyết tử và trận chiến cực điểm. Ba tháng hay 100 ngày chiến trận, những kỷ lục chiến trường thay đổi từng nấc, từng bậc lớn, từ 2,000 quả đạn cho cứ điểm Charlie, Kontum đến 8,000 quả cho An Lộc. Bắc quân đi bước tàn nhẫn không nương tay và quân dân Miền Nam đồng đương cự với nỗ lực cao nhất tại *"Điểm đứt hơi - Điểm vỡ của chiến trận"*. Chúng ta đã chiến đấu giữ

Người lính chiến đấu giữ đất.

vững và kiêu hùng chiến thắng.

Hôm nay, ngày đầu tháng 8, cuộc đại chiến đã bước qua tháng thứ tư, và có cơ kéo dài thêm một thời gian nữa, nhưng quân dân ta cắn răng, ngậm chặt, hứng hết tai họa, đựng đầy khổ nạn... Chịu thêm nữa cũng thế, đánh thêm nữa cũng được. Trong nguy nan, Dân tộc biến thành *"Thánh chịu nạn"*. Dân tộc kiêu dũng, quật cường, vượt qua, bất chấp tất cả để tồn tại. Ngọn lửa Mùa Hè 1972 nung độ nóng cao nhất trui rèn chúng ta - Người Việt Nam muốn sống đời đáng sống của Người - Người Tự Do.

Được đi, chứng kiến và dự phần vào ba mặt trận, ba vùng đất quê hương, người viết không mong gì hơn ghi lại một vài khía cạnh của cuộc chiến - Cuộc chiến vĩ đại vượt mọi chiến tranh - Mà phải một ủy ban quân sử, trong thời gian dài mới có khả năng, điều kiện thâu tập và đúc kết toàn thể. Vì chỉ ghi được biến cố qua một vài khía cạnh, với những người, đơn vị lâm chiến quen thuộc; người viết xin tạ lỗi do những thiếu sót mà một cá nhân không thể nào tránh khỏi, và đã phải viết lại từ một khoảng ngày tháng quá gấp rút.

Viết lại,

Ngày Quân LựcVNCH,

Tháng 6, 1998.

Mùa Hè, Đất Mỹ.

(*): Phá lớn giữa hai tỉnh Quảng Trị-Thừa Thiên, do ba sông Thạch Hãn, sông Bồ và Sông Hương đổ vào.

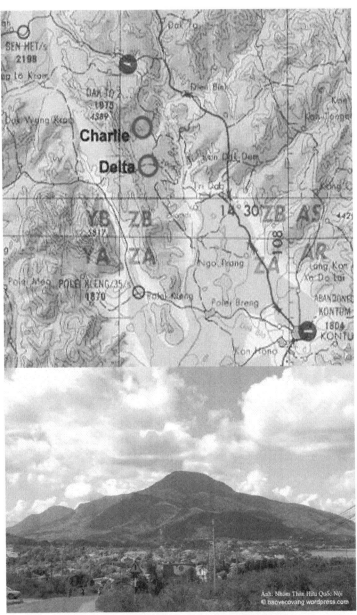

Hình trên: Charlie trên bản đồ quân sự.
Hình dưới: Đỉnh Charlie ngày nay.

Chương 3

CHARLIE,
Tên nghe quá lạ.

Quả tình nếu không có trận chiến mùa Hè 1972, thì cũng chẳng ai biết đến Charlie, vì đây chỉ là tên quân sự dùng để gọi một cao độ nằm trong chuỗi cao độ chập chùng vùng Tân Cảnh, Kontum. Charlie, *"Cải Cách"* hay *"C"*, đỉnh núi cao không quá 900 thước trông xuống thung lũng sông Pô-kơ và Đường 14, Đông-

Bắc là Tân Cảnh với mười hai cây số đường chim bay, Đông-Nam là Kontum, thị trấn cực bắc vùng Cao Nguyên Trung Phần. Charlie bị bao vây bởi Căn Cứ 5, Căn Cứ 6 ở phía bắc, những mục tiêu quân sự nổi tiếng, những vị trí then chốt giữ cửa ngõ vào Tân Cảnh mà bao nhiêu năm qua, bao nhiêu mùa hè, mùa mưa rào, báo chí hằng ngày trong và ngoài nước phải nhắc tới khi những hạt mưa đầu mùa rơi xuống vùng núi non, cạnh sườn cực tây địa giới nước Nam.

Năm nay, sau bao nhiêu lần thử thách từ mùa mưa 1971 qua đầu xuân 1972, Bắc quân vẫn không vượt qua được cửa ngõ hai căn cứ số 5, số 6, thế nên cộng quân đổi hướng tiến, lòn sâu xuống phía Nam hai căn cứ trên để tiếp tục sự nghiệp *"giải phóng"* với mục tiêu cố định: Tân Cảnh, cắt Đường 14.

Vòng đai Lữ Đoàn 2 Nhẩy Dù nằm về phía trái quốc lộ có hình cánh cung bắt đầu bởi căn cứ Anh Dũng ở cực Bắc đến Yankee hay Yên Thế, ngã lần xuống Nam với Charlie, Delta, Hotel, Metro và chót hết là Bắc Ninh, phía đông Võ Định, nơi đặt bộ chỉ huy lữ đoàn. Vòng đai này có nhiệm vụ che chở phía trái Đường 14, phát hiện sự di chuyển từ đông sang tây của địch xong dùng phi pháo để tiêu diệt. Đây là lý thuyết chiến thuật, quan niệm hành quân của phía cộng hòa đối với mục tiêu và hướng tiến của phía cộng sản hằng bao nhiêu năm. Nay địch thay đổi đường đi và quân ta lập vòng đai nhảy dù...

Yankee, Charlie, Delta bắt đầu được đặt tên để tiếp nhận định mệnh tàn khốc trong cuộc chiến trùng trùng. Đoạn sau kể về trận đánh ở Charlie, trận đánh nhỏ của một tiểu đoàn nhảy dù, nhưng điển hình cho toàn thể bi hùng cực độ về người Lính Chiến Việt Nam.

Đến đây,
Người gặp Người.

Đường mòn Hồ Chí Minh trên đất Lào khi chạy đến vùng Ba Biên Giới phía đông cao nguyên Boloven chia ra hai nhánh; nhánh thứ nhất từ Chavane đâm thẳng biên giới Lào-Việt xuyên qua dãy Chu Mon Ray để nhắm vào Darkto; nhánh thứ hai từ Bản Tasseng qua trại Lệ Khánh, và Kontum là mục tiêu cuối cùng của quan niệm chiến thuật Bắc quân: Phải chiếm giữ thị trấn cực Bắc nầy để làm bàn đạp lần tấn công Pleiku, rồi từ đây tiến về phía Đông, xuống bình nguyên tỉnh Bình Định. Gọi nhánh thứ nhất là nhánh Bắc và nhánh thứ nhì là nhánh Nam.

Trong chiến dịch Xuân-Hè 72 của Mặt Trận B3 (Chiến trường Tây Nguyên), đường rẽ phía Bắc được sử dụng, từ đỉnh 1773 của núi Chu Mon Ray, con đường không thể gọi là một nhánh nhỏ của *"đường mòn Hồ Chí Minh"* nữa, nhưng phải gọi đó là một *"Bypass"* của một cải lộ tuyến phẳng phiu trơn láng, chạy ngoẳng ngoèo qua các cao độ, đổ xuống những thung lũng hun hút của dãy Big Mama Mountain rồi bò theo hướng đông đến đỉnh Kngok Kon Kring.

Đỉnh núi này cao quá, con đường phải quẹo qua trái, đi lên cao độ 960 và tạm dừng lại. Dừng lại, vì phía đông, hướng trước mặt chỉ cách mười cây số, con sông Pô-Kơ dậy sóng... Con sông ầm đổ qua ghè đá, ào ào đi giữa rừng xanh núi đỏ. Bên kia sông, Quốc Lộ 14 chỉ khoảng trên dưới sáu cây số và đầu con đường là Tân Cảnh, mục tiêu của bao chiến dịch. Từ ngày chiến tranh "giải phóng" bùng nổ.

Đây rồi, *"... nồi cơm điện National"* đây!

Tân Cảnh hấp dẫn ngon lành như cô gái yếu đuối hớ hênh thụ động nằm dưới thung lũng bát ngát ở đằng kia. Bộ đội ta tiến lên! Nhưng không được nữa, con đường đã bị dừng lại, và bộ đội ta dù được *"tùng thiết"*, dù được đại pháo *"dọn đường"* cũng phải dừng lại, vì đỉnh 960 chính là bãi đáp C, là cứ điểm Charlie và Tiểu Đoàn 11 Nhẩy Dù đã xuống LZ (*) này từ ngày 2-4.

Con cháu Bác và Đảng phải ngừng lại bố trí trận địa. Nỗ lực kinh khiếp kéo dài trên năm mươi cây số đường núi, từ ngã rẽ đất Lào phải dừng lại vì chạm phải *"sức người"*. Ở đây - Người đã gặp nhau.

Vực thấp, đỉnh cao, bạt núi, xẻ đèo, những con người cuồng tín và tội nghiệp của miền Bắc đã làm được tất cả. Con đường núi của Tướng Stilwell từ Miến Điện đến Trùng Khánh, Trung Quốc năm 1945 đã là một sự khủng khiếp - Đường xuyên sơn vạn dặm, dài thật dài, quanh co khúc khuỷu lớp lớp giữa núi rừng nhiệt đới, con đường nổi tiếng đúng như tầm vóc và giá trị của nó - Cả nước tầu sống bám vào cái ống cứu nguy thậm thượt hun hút này. Vào thời điểm đầu thế chiến, nước tầu, đồng minh *"tuyệt vời cần thiết"* của người Mỹ dễ thương cần phải sống để chống đỡ trục Bá Linh - Đông Kinh. Con đường quả đáng tiền và đáng sợ. Nhưng đường này làm bằng máy, dưới sự yểm trợ và che chở của các *"Ong Biển"* hảo hạng, những người lính công binh chiến đấu hãnh diện của Mỹ Quốc giàu sang hùng mạnh. Năm mươi cây số đường xuyên sơn của *"bộ đội ta"* thì khác hẳn. Bộ đội đào bằng tay trong đêm tối. Bộ đội lấp hố dưới tấm lưới lửa thép của B52, trên những giải thảm tử thần đầy lềnh bom bi CBU. Sức người và lòng cuồng tín ghê gớm đã vượt qua giới hạn.

Đấy không còn là người với thịt da biết mệt mỏi đau đớn, cũng không là người với trí óc biết nguy biến và sợ hãi. Bắc quân, khối người vô tri tội nghiệp chìm đắm trong ảo tưởng và gian nguy triền miên. Con đường sạn đạo vào đất Ba Thục tân thời được hoàn thành từng phân từng thước... Bắc quân theo đó đi về Đông.

Nhưng đến đây, ở cao độ 960, người lính Bắc Việt không tiến được nữa vì đã gặp *"người"*- Người rất bình thường và giản dị. Người biết lo âu, sợ nguy biến. Người có ước mơ và ham muốn vụn vặt. Những người không thần thánh hóa lãnh tụ và tin tưởng Thiên Chúa cũng chỉ là bạn tâm tình. Nhưng đó cũng là những người lính đánh giặc *"tới"* nhất của Quân Lực Miền Nam, chỉ huy bởi những sĩ quan miệt mài trên dưới mười năm trận địa. Những sĩ quan biết đánh hơi rất chính xác khả năng và ý định của đối phương.

Bắc quân dừng lại giữa đường, ảo tưởng bị công phá và tan vỡ - Họ gặp lính Nhảy Dù Việt Nam.

Cố Đại Tá Nguyễn Đình Bảo (đeo kính)
nhận lệnh trước khi vào trận.

Trận đánh trên cao điểm

Anh Năm (Trung Tá Nguyễn Đình Bảo, Tiểu Đoàn Trưởng 11 Dù) bố trí quân *"hết sẩy"*. Cứ điểm C hay Charlie chính thống, cao độ 960 giao cho *"thằng 1"*, đại đội 1 do Thinh, trung úy khoá 25 Thủ Đức chỉ huy.

Thinh trẻ tuổi đời lẫn tuổi lính. Thinh có vẻ yếu trước mắt mọi người vì Thinh... đẹp trai! Đã đẹp trai, tốt mã thì đánh giặc hơi yếu. Chẳng hiểu sao phần đông là như thế?! Những anh có vẻ tài tử, ăn nói ngon lành, rổn rảng thường hay lạnh cẳng... Nhưng nghĩ cho kỹ thì cũng công bằng thôi, con người mà, được cái nầy thì mất cái kia. Nhưng anh Năm dưới cái nhìn sắc sảo của con ó, kèm theo *"suy tư"* của phó Mễ đã chọn Thinh để giữ Charlie vì cả hai người chỉ huy đều chắc một điều: Đây là một tay *"dur"*, loại liều, thứ *"kép trẻ đang lên"* của trận địa.

Thinh được lãnh hãnh diện *"Nhất kiếm trấn ải"* và những ngày sau Thinh đã chứng tỏ, người chỉ huy mình đã không nhầm lẫn. Phía bắc của C giao cho đại đội 3, do Hùng *"mập"* làm đại đội trưởng.

Hùng chỉ là đại uý thôi, nhưng *"người"* có đủ tác phong và khả năng để *"tiến"* xa hơn. Vì *"người"* cũng là tay văn nghệ, *"lãnh tụ"* sinh viên, có kích thước cơ thể và tính chất của Tướng Thắng, ông *"tướng sạch nhất"* của quân đội và cũng là ông tướng học giỏi nhất! Nhưng giờ nầy Hùng chỉ là *"simple captain"* nên cam phận dẫn quân lên trấn giữa phía bắc Charlie, căng mìn bẫy, đào hầm chờ con cháu Bác, những chiến sĩ Điện Biên... *Điện Biên cái con bà nhà nó, lúc xưa bố nó đánh Điện Biên chứ đâu phải nó hôm nay, trong họ tôi có ông chú làm tiểu đoàn trưởng đánh cái Điện Biên khỉ gió kia... Bây giờ tụi nó là cái chó gì... Chẳng nhẽ tôi là lính Tây cà-lồ sao?!!*

Phần còn lại tiểu đoàn lên cao điểm 1020 hay C2.

Anh Năm bảo Mễ:

- Mình giữ hột lạc (cao độ bản đồ thường tượng hình hột lạc) này vì phía Nam tao chắc toàn tụi nó, lệnh hành quân bắt buộc mình phải giữ cửa thằng Charlie. Kẹt lắm, trước sau gì tụi nó cũng phải chiếm thằng Charlie nầy, và mình thì chỉ việc *"thủ"?!* Bố khỉ, thôi đã xuống đây thì phải giữ chứ biết làm sao, hôm đi họp hành quân được nhận tin tình báo từ quân đoàn, sư đoàn 320 (Sư đoàn Điện Biên cộng sản) đã rút về Tây, vào đất Lào!!

- Anh Năm yên chí, mình *"hơn tiền"* tụi nó!! Mễ chắc giọng.

Nhưng thật ra tất cả chỉ là những câu nói bề mặt, phần trong, đằng sau lý luận và phân tích, do những kinh nghiệm và nhạy cảm riêng về chiến trường, mọi người đều có chung ý nghĩ: Xong rồi, mình đã lọt bẫy! Bởi, chiến tranh miền núi là chiến trường giữa những cao điểm; đành rằng C và C2 cũng là những cao độ, nhưng 960 và 1020 làm sao chế ngự được những đỉnh 1773, 1274, 1512 của rặng Big Mama Mountain và tiếp theo một dãy đường đỉnh nam rặng Chu To Sang...

Và pháo binh của tụi nó. Pháo và kèm theo một *"rừng cối"*, gồm một hệ thống súng cối có đường kính từ 80 ly trở lên hoặc sơn pháo bắn thẳng... Sự thông minh và tinh tế về chiến trường của toàn bộ sĩ quan tiểu đoàn ngừng lại ở đây. Họ không dám nghĩ thêm. Phần lệnh hành quân đã giao cho họ một đỉnh núi trơ trọi để sửa soạn vinh quang cùng cái chết. Họ chỉ có một đỉnh Charlie đang hừng hực bốc hơi dưới nắng hè hạ chí trời tây nguyên. Định mệnh, sức mạnh khắc nghiệt khốn kiếp đã bắt phải như thế. Tiểu đoàn 11 Nhẩy Dù không còn khả năng chọn lựa. Như cuối cùng cái chết thế nào rồi cũng phải tới cho dù người lính hằng chiến đấu quyết liệt bao nhiêu.

Ngày 6, cứ điểm Delta ở phía Nam bị đánh. Đúng chiến thuật, lính ông Giáp tưới xuống một trận mưa pháo, cối và hỏa tiễn. Đêm thật dài, người ở Charlie chờ đợi và theo dõi... *Tiên sư, tụi thằng Mạnh (Tiểu đoàn 2 Dù giữ Delta) bị rồi... Xem thử tụi nó đánh đấm ra sao?* Bộ chỉ huy Tiểu Đoàn 11 Dù chong mắt vào loa khuếch đại máy truyền tin để nghe kết quả... Trời sáng dần, Delta lấy lại được, quân ta thắng. Anh Năm nhìn Mễ:

- Mầy thấy đấy, chúng sẽ chơi với mình cũng với cách nầy, chúng sẽ lấy kinh nghiệm ở Delta để *"dứt điểm"* mình. Toàn thể bộ chỉ huy im lặng. Mọi người đều có ý nghĩ chung. Bao giờ đến lượt mình? Bao giờ?

Nhưng anh Năm không thụ động, con hổ dù bị nhốt trong chuồng vẫn còn nguyên phong độ, uy lực riêng. Không cần phải luận lý lâu lắc. Đây, quyết định của anh:

- Mễ, mầy đem hai thằng 2 và 4 (Đại đội 2 và 4) lên chiếm cho tao cái nầy. Anh chỉ vào một cao điểm ở nam C2. Nếu chiếm được mình sẽ cho một thằng lên giữ nó, mình đã bị phân tán mỏng thì cho mỏng luôn, càng mỏng càng tốt, tránh được pháo, đỡ bị tụi nó vây... Mầy nghe chưa?

Mễ gật đầu, anh Năm thấy, nó cũng chung ý nghĩ. Đã vào bẫy thì tìm cách thoát ra, một đỉnh núi không thể là vị trí cố thủ. Tôi nghe anh rõ. Mễ trả lời. Trời vừa sáng, Mễ quay bảo Hải, sĩ quan trưởng ban 3 (Ban hành quân),

- Ông cho hai thằng 2, 4 chuẩn bị, mình đi làm ăn.

Không thể ngồi đợi tụi nó tới đây rúc rỉa, cấu xé được...

Ba đợt xung phong không thành, Bắc quân quả không dại dột bỏ vị trí rất nhiều ưu điểm; cũng bởi sườn quá dốc, quân ta dù can trường, dùng tay lẫn chân cũng không thể nào *"chạy"* qua được hàng lưới lửa của 12 ly 7 (đại liên phòng không hoặc chống chiến xa) hoặc sơn pháo 75 ly bắn thẳng!

- Cho thằng Mễ lui! Anh Năm bảo Hải. Trán cau lại, anh nhìn xuống đất, gỡ kính, chớp mắt, nói nhỏ sau tiếng chặc lưỡi: Mình bị một con dao đâm lút cán vào lưng!!

Những ngày sau tương đối bình yên, hằng ngày các đại đội tung các đứa con ra xa lục soát, chỉ trừ đường về phía Nam, nơi tụi *"khốn nạn"* đang chui trong núi. Làm sao *"móc"* chúng ra được? Bom thả xuống hằng ngày, nhưng chỉ là bom miệng... *Mẹ... hầm tụi nó đào theo chữ U hoặc con c... gì gì thì làm sao bom "lách" vào được?!* Anh Năm đi lại trên đỉnh đồi nhìn bốn hướng trùng trùng và xa xa trong ánh nắng về phía Tây, cuối con đường trong vùng núi Lớn có lớp bụi mù...

... Xe chúng nó! Xe chúng nó! Tăng hay GMC của tụi nó... Bom!! Bom... Gọi lữ đoàn Hải.

- Để em gọi, nhưng Molotova chứ đâu phải GMC, anh Năm!

- Thì đấy là GMC của Nga, mầy biết mẹ gì!

Đàn em thì bao giờ cũng *"chẳng biết mẹ"* gì. Anh Năm vốn hay phủ đầu như vậy. Nhưng đấy chỉ là một cách nói, bởi anh rõ ưu điểm của từng người như một máy ghi âm cực tốt. Máy bay ta ào tới, con đĩ *"Lan 19"* lượn một vòng trên vùng chỉ định, cho *"ra"* một trái khói... Khu trục nhào xuống tiếp theo, bom nổ dâng cột khói lên cao.

- Tiên sư, bom ném thì hay nhưng sợ tụi nó trốn rồi, nó lại không trốn luôn mà quay trở lui về phía mình thì bỏ mẹ...

Sau cơn bom, khói bay lên không trung, qua bóng nắng đằng xa thung lũng lại có lớp bụi mới bồi từng chập...

... Tăng! Tăng... tăng nữa, đông quá, tụi nó chưa bị... Tiên sư, nó trốn ở đâu nhỉ? Trên đồi cao, anh Năm đứng im như con báo nhìn lũ sài lang tiến tới hằng hằng lớp lớp. Làm gì được bây giờ... Không lẽ xin thêm phi tuần khu trục?

Ngày 11, trận địa pháo bắt đầu. Pháo thật sự của 122 và 130 ly ào ào trút xuống C1, C 2, C3... Không phải từng trái, nhưng từng chùm, từng loạt... Một, hai, ba... Hải cố gắng đếm...

- Mầy làm gì thế, điên sao em?! Anh Năm vừa hỏi vừa cười,

- Mình gắng đếm để báo cáo cho chính xác!!

- Thế thì mầy phải đếm hàng chục một, một chục, hai chục... Tụi nó đâu "đi tiền" lẻ!!

- Tụi nó "chơi" tôi! Thinh ở Charlie báo cáo qua máy.

- Mầy giữ nỗi không? Anh Năm cướp ống liên hợp máy truyền tin trên tay Hải.

- Trình " đích thân", suya là tôi giữ được, xin cho pháo mình nổ gần tôi thêm chút nữa...

Pháo căn cứ hoả lực Võ Định (Nơi đặt bộ chỉ huy lữ đoàn) bắn tới tới trước, rơi xuống sườn phía đông Charlie... Đạn 105 và 155 nổ từng trái một, khói bụi tung lên trông rõ.

... Mẹ, bắn gì *quí phái* vậy, nó tấn công chính

diện ở phía tây, mầy xin pháo căn cứ 5 bắn xuống dễ ăn hơn!!

Hải bốc ba, bốn cái máy truyền tin một lúc, năm ngón tay chuyên *"xoa"*, *"nặn"* di chuyển trên giàn ống liên hợp lẹ như chớp... Thằng nầy gọi là *"Hải khều"* cũng phải, nó khều cái gì đúng cái đó!! Anh Năm phịa câu khôi hài đúng lúc, Hải nheo mắt cười thích chí.

Pháo căn cứ 5, và hai căn cứ Sơn Tây, Mạnh Mẽ cùng ào xuống, vây quanh Charlie vòng đai lửa. *Đấy! Đấy... phải như thế mới được.* Anh Năm gật gù tán dương, đồng lúc tiếng Thinh vang vang qua loa khuếch đại,

- Trình đích thân cứ cho gà nó *"đá"* như thế, em đánh tụi nó de ra như đuổi con nít... Tốt! tốt... cho gần hơn năm mươi thước nửa thì tốt hơn, ngay trên tuyến em cũng được!

Bốn mươi lăm phút sau, pháo im bặt, cả ta lẫn của địch. Anh Năm lên hầm chong ống nhòm xem đại đội 1 bên đồi C lục soát chiến trường. Súng và xác bộ đội cộng sản nằm lềnh kênh chật kín đồi đất đỏ.

- Nó đánh thằng 1 là để dợt chơi, cú dứt sẽ với mình.

- Trung tá, trên họ không tin nó pháo mình bằng 130 ly?! Hải báo cáo, giọng mỉa mai.

- Gì? Anh Năm chỉ gắt được một tiếng. Như thế là người đang nổi cáu. Trường hợp nầy vốn rất ít, vì anh vốn trầm tĩnh, sự giận chỉ đến sau chót, khi đã cuối chịu đựng.

- *"Họ"* bảo mầy sao? Chữ *"họ"* được gằn xuống khinh thị!!

- *"Họ"* bảo mình kiếm mảnh 130 để gởi về!! Chữ *"họ"* thứ hai qua cách nói của Hải cũng đắng cay không kém.

- Đến đây mà kiếm, muốn thấy súng của chúng thì cũng đến đây, tao như thế nầy không lẻ la hoảng, báo cáo láo sao?! Anh đá một hòn đất bay tung... Mẹ, nó xài toàn đạn delay (*đạn đầu nổ chậm, dùng xuyên phá công sự*) mới thế nầy đây! Câu nói ngắn đau đớn của niềm phẫn nộ tuyệt vọng.

- Cho sửa sang hầm hố, ngày mai gì tụi nó cũng "*chơi*" lại.

Trước khi bước đi, anh quay sang Hải, dặn thêm:

- Mầy trình với lữ đoàn, để nói với quân đoàn, đây là đạn 130 ly thật. 130 ly xuyên phá. Mầy bảo tao nói thế.

Đêm xuống thật mau, đêm của núi rừng thẫm màu và đầy bóng tối đe doạ. Sao trên cao lấp lánh, sương mù đùn lớp... Đêm như có hình khối chuyển dịch. Đêm chất chứa che dấu hàng ngàn sinh vật đang bò dần vào cứ điểm. Đêm cũng vô cùng im lặng, nhưng nỗi im lặng kinh dị như khoảng cách từ khi viên đạn ra khỏi nòng súng và sắp sửa "*chui*" xuống mái hầm, hố phòng thủ.

Trong bóng tối, mấy trăm con người trên ba cứ điểm dựng đứng đôi mắt xuyên thủng qua bóng tối. Và chờ. Ngủ chỉ là khoảng cách ngắn để đối mắt khép lại, đầu gục xuống, xong giật mình tỉnh giấc với nỗi "*lo lắng*" như vừa qua cơn mê thiếp dài, và trong khoảng khắc "*dài thăm thẳm chóng vánh*" nầy, hình như quân địch đã tiến sát gần hơn!!

Tiểu đoàn 11 Dù qua đêm trong chập chờn sắc buốt với cảm giác viên đạn vô hình đang bay thẳng vào mặt. Có ráng hồng bên kia núi... Ngày đã tới. Ánh sáng đẹp âm vang hân hoan, như ân huệ nồng nàn vừa được sống sót qua thêm một đêm.

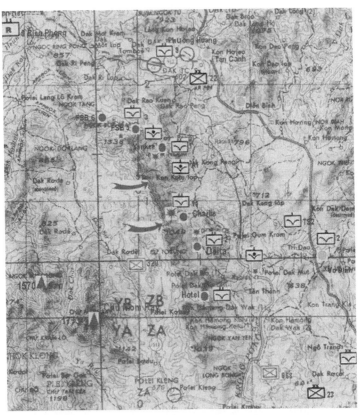

*Phóng đồ mặt trận Bắc Kontum của Lữ Đoàn 2
Nhẩy Dù (Tháng 4/1972)*

Mùa Hè Đỏ Lửa

Ngày cuối của một người.

Ngày 12 bắt đầu.

Lính cong lưng xuống trên đất để đào thêm độ sâu... Càng sâu càng tốt. Tỷ lệ được sống sót là độ sâu của lớp đất đá vô tri nầy. Đất được đổ lên mái. Con người chui lọt vào giữa đất đá, tội nghiệp và thụ động như con sâu ẩn mình trong tổ. Pháo sẽ đến lúc nào? Nổ ở đâu? Câu hỏi âm thầm vang vang trong đầu hàng trăm con người. Trên ba cứ điểm im lặng chỉ loáng thoáng bay những sợi khói mỏng manh. Khói của cơn pháo cuối cùng chưa dứt độ nóng trong đất. Chỉ tiếng cuốc đục đều đều vào đất đá như hơi thở bị ngắt khoảng.

Trong hầm chỉ huy, anh Năm chỉ những điểm ước tính Bắc quân đặt súng.

- Chắc chắn chúng chôn súng ở đây... Anh chỉ ngón tay trên các đỉnh Kngok Toim, Kngok Im Derong. Toàn là cao độ trên 1,500 thước, ở đấy, tụi nó thấy mình rõ như ở đây mình thấy thằng 1 dưới Charlie. Ngày hôm qua nó bắn mình không trật một phát ra ngoài. Mầy xin mấy phi tuần để săn, có gì mình dội xuống liền. Dội ngay trên tuyến mình cũng được. Xong, ông Mễ và Bác sĩ Liệu về hầm đi, đừng tụ vào một chỗ.

Mễ và Liệu đứng dậy,

- Chào Trung tá.

Anh Năm gật đầu. Hình như anh gượng cười. Có điều gì khó khăn sắp xẩy ra? Không ai biết, nhưng âm tiếng mọi người có điều gì khang khác, buồn buồn... Tai ương nguy biến chực sẵn đâu đây đã làm người hoá nên tê liệt, rã rời. Cũng thật do chờ đợi quá căng thẳng giữa vũng tối, đầy bóng đêm.

- Thôi, tôi về, có gì tôi chạy qua với anh. Hải không để ý tiếng *"anh"* bất bình thường nói trong hơi thở hụt. Người chỉ huy đứng dậy, Hải tiễn anh ra cửa hầm. Anh bước lên nặng nề, chậm chậm, lưng cong xuống. Anh đi trên đất đá đào xới với dáng dấp của con hổ bị thương khi trở lại, rừng xưa nay đã hoang tàn.

11 giờ 5 phút, pháo lại bắt đầu... C2 bị nặng hơn C và C1. Theo thói quen, Hải nhẩm tính từng chục trái một; hắn hét lớn báo cáo với lữ đoàn,

- Tôi và hai đứa con cũng bị một lượt, toạ độ đặt súng ở yếu tố cũ... Không ước lượng được, hai trăm trái rồi... tụi nó đang tấn công C!

Bắc quân từ Tây và Tây-Nam đồng nhào lên C, những người ở C2 nhìn xuống sườn đồi lúc nhúc những bóng áo vàng đục di chuyển chậm chạp, lui tới...

- Nó đánh giặc gì kỳ vậy? Người hạ sĩ quan hành quân hỏi Hải.

- Tụi nó *"điên"*, chẳng phải *"điện biên"* mẹ gì cả, đéo thấy ai ngu bằng tụi nó,

Lính đại đội Thinh nhổm dậy khỏi giao thông hào, súng bắn không cần nhắm, lựu đạn ném không cần lấy đà. Ta và địch cách nhau không đầy một tầm lựu đạn. C2 vẫn im lìm dưới trận mưa đạn và lửa... Tám trăm trái rồi... Chưa đầy một tiếng, nó đã nổ hơn tám bớp!! Hải ngồi bẹp trên đất, nón sắc chụp xuống, lẩm bẩm những câu vô nghĩa với chính mình. Qua máy truyền tin nội bộ (giữa các đại đội và ban hành quân tiểu đoàn), tiếng chuyển lệnh của Thinh nghe chững chạc, tự tin, *"... đợi tụi nó đến gần rồi hẳn bắn, nó chỉ là lính con nít, bây là nhảy dù mà để thua là yếu lắm đó..."*. Hải cố mỉm cười nhưng nụ cười không thành dạng. Pháo vẫn nổ như cơn địa chấn như xoay chiếc hầm nghiêng ngã... Tụi nó đòi dứt đứa con của mình... Ở mà sao chẳng nghe anh Năm gọi qua gì hết?! Có chuyện gì không nhỉ. Trí não Hải đã cứng trơ. Hắn không nghĩ được điều gì hơn.

Mễ không buồn nghĩ đến số vũ khí của hai đại đội 1 và 3 tịch thu được. Anh Năm chết, là tiểu đoàn phó, Mễ tự động lên thay thế. Trách nhiệm quá nặng với tình thế kẹt cứng. Và anh Năm, người đàn anh thân mến từ bao nhiêu năm, gian nguy, khổ nhọc bao ngày dài cùng chia sớt. Vĩnh biệt anh, hầm bị ba trái cực mạnh, chịu làm sao thấu... Sao cuộc đời chỉ dành cho anh toàn hoạn nạn. Hoạn nạn của ba mươi năm ở đời chưa đủ sao?

Mễ, Hải, Liệu nhìn nhau... Trời chiều cao nguyên sẫm bóng nắng. Đêm sắp đến. Đêm với chiếc bẫy sập xuống từ từ, lũ người tuyệt vọng nhìn thấy những tia gân máu đỏ đục loáng ánh sáng phẫn nộ hấp hối trong mắt nhau.

Liệu cho lệnh những người lính y tá đào đất lên, mang anh ra ánh sáng. ngoài vết thương ở tim, người anh tím bầm từng chỗ, chiếc kính vỡ, mắt nhắm, miệng hơi mở để lộ ra những răng cửa. Hải ngồi xuống, rờ vào xác anh còn ấm, đập mấy cái lên áo. Lớp bụi mờ đục bay bay...

- Để tôi rửa cho ông ấy,

Liệu ngồi xuống với bông và cồn. Thi thể anh trầm trầm dưới nắng Tây Nguyên đẫm màu vàng rực. Hết. Mười hai năm chiến trận chấm dứt phút nầy đây trên cao độ 1020. Trông về bốn hướng chập chùng đồi cao tiếp núi thẳm.

Trường Sơn ác độc nhận thêm một hình hài.

Đốt Charlie,

Bây giờ là buổi chiều. Buổi chiều với nắng vàng và gió lộng. Không còn tiếng nổ trong không gian, ba mỏm núi bốc những sợi khói nhỏ, mờ mờ hơi nóng. Nóng không phải hơi nắng mặt trời nhưng do âm ỉ của thuốc súng chưa kịp tan, còn lẫn khuất nơi cây cỏ, đất cát.

- Thiếu tá... Hải gọi nhỏ Mễ.

Lúc riêng rẽ, ít khi hai người gọi nhau bằng cấp bậc, nhưng bây giờ, tình hình đã khác, trách nhiệm và bổn phận quá đổi nặng nề, thêm xúc động trong lòng qua cái chết của người chỉ huy. Hải nhắc nhở Mễ,

- Thiếu tá, tổng kết là mình chết 20, 40 bị thương cần di tản,

Mễ gật đầu, đưa mắt nhìn hỏi Liệu...

- Đúng vậy! Liệu đáp nhỏ. Anh Toubib (bác sĩ quân y - tiếng lóng quân đội) hết đồ nghề, nhìn xuống xác anh Năm, như một cách lẩn tránh.

- Dạ, có ông Hùng muốn nói chuyện với thiếu tá. Người lính truyền tin đưa ống liên hợp cho Mễ.

Tiếng Hùng ở C1, vọng trong máy:

- Trình Mê Linh (danh hiệu truyền tin của Mễ), ở tôi thì không có gì, nhưng từ sáng tới giờ sao chẳng nghe 008 (Tiểu Đoàn Trưởng) nói gì với tôi hết...

Giọng Hùng mang vẻ trách móc xa vắng, ắt hẳn hắn đã linh cảm được tai nạn xảy ra. Mễ nhìn xuống xác anh Năm, đôi mắt đỏ mệt mỏi chớp chớp, hình như có giọt nước mắt lưng tròng,

- 008 đã bắt tay với ông Phan (Tiểu Đoàn Trưởng

Tiểu Đoàn 1 Dù, đã tử trận Hạ Lào, 1971), biết thế thôi, đừng nói cho ai hay...

- Dạ, tôi nghe rõ Mê Linh. Hùng không còn hơi sức để hỏi gì thêm.

Súng lại nổ dưới Charlie.

- "Cất" anh Năm lại, đừng cho lính biết. Tất cả ra giao thông hào.

Mễ ra lệnh ngắn. Lời nói đanh cứng, dứt khoát. Trong ráng chiều, những người lính ở C1 và C2 chăm chú theo dỏi trận đánh nơi cao độ C.

Bắt đầu, cối và sơn pháo từ những cao độ phía Tây bắn từng nhịp bốn trái một vào căn cứ, xong bộ binh sư đoàn Điện Biên từ hai hướng Tây, Tây-Nam xếp hàng như đi diễn hành tiến vào...

- Đúng là tụi nó điên rồi, không điều động, ẩn núp gì cả... Điện biên cái con c...!!

Lính ở C1 và C2 đồng đứng dậy khỏi giao thông hào chơi trò chơi mới.

- Mầy bắn vào cái hố có bốn thằng núp dưới kia, nếu trật thì để tao. Hai người lính đại đội 112 thách nhau dùng súng phóng lựu M 79 và hỏa tiễn cầm tay M72 từ đồi cao bắn xuống. Trái đạn bay đi khoảng ngắn, đất bụi bay lên... Bốn thân xác phơi trần trụi, vật vã, lăn lóc. Người lính nhỏ Miền Bắc đi giải phóng ai đây; trong phút chốc họ đã trở nên thành những bia thịt sống thậm vô ích và chết với giá quá rẻ.

Cuộc tấn công vào cứ điểm C kéo dài năm đợt. Lính Thinh đánh tỉnh táo, chắc chắn. Nhưng bỗng nhiên, Mễ có quyết định: *Rút nó về, nhỡ tối nay, nó hết đạn thì sao...*

Hải gọi liền máy, bảo Thinh:

Thiếu Tá Lê Văn Mễ - TĐT/TĐ1ND.

- 401 (Thinh) đây 06 (Hải), anh xếp va-ly lại, nhớ mang theo mấy thằng rách áo, về ở với bố mẹ...

- Vâng, vâng, tôi nghe rõ, tôi cũng có ý định đó vì kẹo gần hết, nhưng sợ 008 và 007 (Tiểu đoàn trưởng và phó) hiểu lầm.

Tội nghiệp chưa, đến giờ nầy, Thinh vẫn không biết người anh cả của tiểu đoàn đã đi khuất. Trong âm nói của Thinh vang động mối hân hoan vui sướng *"về với bố mẹ"*. Thinh đâu tiên đoán được đến lượt mình ở ngày mai?!

Đại đội 111 rút được về C2, năm giờ chiều, trời chỉ còn chút ráng đỏ, gió lạnh... Đỉnh Charlie trống trải cháy ngọn lửa điêu tàn. Và trong hoang vu hấp hối của cỏ cây, hằng trăm người lính Bắc Việt, *"những chiến sĩ Điện Biên của sư đoàn Thép, đơn vị vang danh bốn chiều lục địa, những người lính Quân Đội Nhân Dân của nước Việt Nam Dân Chủ Cộng Hòa"*, tất cả đồng nhào lên Charlie một lượt... Những *"bàn chân gang thép mang linh hồn vũ bảo vào Nam giải phóng, đánh đuổi đế quốc Mỹ xâm lược"* đồng chạy mau hơn, nhanh hơn... Để cùng lăn lộn, giành giựt trên vùng đất vỡ nát, lầy lụa xác người và hơi thuốc đạn.

Như một cơn đồng nhập quần trí, tất cả đồng vất bỏ vũ khí, dùng tay trần cào, xới, bới, móc... Đám lính đói sư đoàn Thép kiếm thức ăn. Họ tìm gạo sấy, thịt hộp và C Ration. Cuối đường giải phóng, những *"chiến sĩ Điện Biên anh hùng"* tìm ra *"vinh quang đích thực"* nơi những hộp thức ăn chế tạo tại Mỹ, giữa đám xác người Miền Nam họ vừa tàn sát.

-... Bom!! Bom!! Đốt cháy tụi nó hết!! Mễ nói như thét.

- Có ngay! Hải *"khều"* ngay ba phi tuần Napalm; toán lính Bắc định tháo chạy, nhưng không kịp nữa. Theo một hướng Tây-Đông chính xác, ba chiếc Skyraider cùng chúi xuống một lúc... Lửa lồng lộng, lửa vàng đỏ trộn khói đen cuộn lên lớp lớp... Trong cỏ cây cháy khét có mùi thịt. Thịt của người và thịt của thức ăn. Lính cộng sản sư đoàn Điện Biên Phủ vinh quang chết trên mục tiêu vừa chiếm lĩnh - Những hộp thịt thức ăn chế tạo tại Mỹ.

Ngày 13 tháng Tư, Mễ cho đại đội 112 xuống chiếm lại C. Lính của Hùng *"móm"* vừa từ trên *"hột lạc"* đổ xuống bị bật lại ngay bởi một hàng rào của cối 60, 82 và sơn pháo 75 ly bắn thẳng từ ngọn đồi phía Tây. Bộ chỉ huy tiểu đoàn không một chút do dự: *Cho thằng 2 về, tụi nó hận mình về vụ hôm qua.* Lên phía Bắc không được, Mễ thử bung quân ra hướng Đông để tìm bãi đáp. Phải có một bãi đáp bất cứ giá nào, thương binh, người chết, xác anh Năm... Tất cả cần phải di tản. Sự hiện diện của những đau đớn nầy làm lòng nặng xuống, cũng có thể gây nên tâm lý phục hận phẫn nộ, nhưng cũng là lần suy sụp lo sợ. Phải di tản gấp số thương binh. Mễ nói với Thinh:

- Ông gắng ra chỗ nầy, (một trảng trống cách C2 khoảng ba trăm thước về hướng Đông), kiếm được LZ (bãi đáp trực thăng), di tản hết thương binh và người chết, tụi còn lại mới yên lòng được. Đừng để cho lính có cảm giác bị bỏ rơi, tinh thần họ giản dị, dễ xúc động. Hơn nữa, mình hết đạn và nước uống. Nhé, ông gắng ra cho được.

- Dạ, thiếu tá để tôi.

Thinh can trường như Triệu Tử Long, dẫn đại đội chỉ trên khoảng bốn mươi người rời căn cứ. Cái trảng trống kia rồi, 50, 40, 30... *Gắng chút nữa, mình có nước uống!* Thinh thúc dục người lính. Nhưng không thể được. Bắc quân bắt đầu khai hỏa, bốn phía cùng nổ từ các cao điểm chung quanh. Nguy hiểm hơn, địch cắt đứt đường về, quân ở C2 cố ra đón bị chận lại, không thể dùng một thứ vũ khí nào khác ngoài lựu đạn.

Tiến không được, thối lui không xong, trên đầu bị vây chụp bởi đạn sơn pháo từ dãy cao điểm phía Nam dội xuống. Thinh ngã chết. Chỉ còn con đường nầy cho người lính trẻ. Thinh chết giữa trời, trên đồi cháy. Viên đạn cuối cùng vừa bắn ra. Bóng Bắc quân vây kín. Trái lựu đạn còn lại cũng vừa ném... Người sĩ quan tuổi quá hai mươi ngã xuống bởi chục nòng súng xả đạn vào. Chuẩn uý Ba nhào đến ôm xác Thinh, hứng nốt những viên đạn còn lại.

Mễ nổi điên trong giao thông hào, gọi máy liên lạc với đại đội 111:

- Ở đấy còn có ai?

- Có tôi. Khánh, sĩ quan liên lạc tiền sát pháo binh đáp mau.

- Anh coi đại đội, cố dẫn về lại tôi, có thằng 4 ra đón.

- Tôi nghe đích thân rõ. Người sĩ quan pháo binh gom quân làm một mũi dài... *Đánh!! Để tao đi đầu, lựu đạn mở hết kíp ra.* Trung sĩ Lung, người hạ sĩ quan thâm niên nhất dẫn đầu toán quân, xung trận như mũi tên lửa. Đường về có được rồi, bắn che nhau, Lung về chót... Nhưng còn hai ông thầy!! Lung cố chạy ngược trở lại nơi xác của Thinh và Ba. Một loạt đạn vô tình nào đó... Chầm chậm Lung ngã xuống. Ba xác chết chồng lên nhau bất động.

Hai giờ chiều, Bắc quân mở cuộc tấn công mới, cuộc tấn công công khai, nhắm thẳng vào C2, căn cứ chính.

- Tụi nó dứt mình. Được, mầy *"điện biên"* tao *"nhẩy dù"*, xem ai hơn ai... Tất cả ai ngồi được, kể cả bị thương, ra hết giao thông hào, thằng nào kêu la khóc lóc, tao bắn chết. Chính tao bắn... tụi mầy để thua, tao bombing vào đây. Chết, chết tất cả!! Mễ gào lên, xong ngất xỉu.

Liệu nói nhỏ, thì thầm sát tai Mễ: Tim ông nó mệt rồi, đừng *"gonfler"* quá, ông chết luôn, hết người chỉ huy.

Lính sư đoàn Điện Biên thổi kèn xung phong dưới yểm trợ của cối và sơn pháo. Quân ta sau mỗi đợt pháo, đứng khỏi giao thông hào... *Vào nữa... vào nữa đi con... Có đứa nào già không mầy? Tao chỉ thấy toàn con nít, đánh tay không tao cũng có thể bóp cổ tụi nó được!!* Trước mắt lính nhảy dù, một lớp, hai lớp, những *"đứa trẻ"* cứ tuần tự đi tới... Những lớp trẻ con chơi trò đánh nhau. Chơi trò chơi ác độc do ép buộc, tuyệt vọng và vô nghĩa lý.

- Không nương tay với nó... Napalm Hải!

- Có ngay!

Hai chiếc skyraider xuống thấp như chưa bao giờ thấp hơn, dưới đất thấy được chiếc mũ trắng của anh pilot; hình như anh muốn nhìn quân bạn, anh muốn chào thăm hỏi như sau mỗi lần thả *"líp"* dù chót, phi cơ thường hạ thấp cách mặt đất khoảng vài mươi thước để *"chào bãi"*. Ở đây cũng thế, hai chiếc máy bay rà sát xuống coi như gần đụng ngọn cây. Thả bom với cao độ như thế nầy chắc chắn không chệch một thước, bom nổ cháy xém đến tuyến phòng thủ của quân bạn, đám lính Bắc lăn lộn trong bãi lửa, chạy dạt ra xa... Nhưng ô kìa, hai chiếc skyraider không lên được nữa... Lòng can đảm và tình đồng đội đã giết các anh. Các anh đã xuống quá thấp để ném bom thật chính xác, để bung địch ra cho bạn. Các anh đã quên thân mình... Hai cánh đại bàng chúi xuống. Chúi xuống nữa và bốc cháy... Vĩnh biệt các anh! Đám cháy kết thúc trận đánh. thây người cháy đen nằm chật sườn đồi.

... Chúng nó đánh, chết như thế để làm gì nhỉ!? Một ngày của hai mươi bốn giờ trên thép đỏ và máu nóng đi qua. Trời tối dần. Đêm xuống... Người lính dựa lưng vào giao thông hào liếm môi. Môi anh nóng như miếng vỏ cây bi nung khô... từ sáng đến giờ chưa được uống nước. Anh không còn sức để nghĩ thêm sau chữ *"nước"*.

Ngày 14 tháng Tư tiếp theo. Tính đến hai giờ chiều, C2 nhận hơn 2000 đạn *"delay"* và nổ chụp. toàn bộ tiểu đoàn 11 co mình trong giao thông hào dưới cơn mưa pháo không dứt đoạn.

- Nó nổ xa mình. Hải thều thào,

- Ừ phía Tây, ngoài tuyến mình. Liệu tiếp lời, gật đầu đồng ý với Hải. Nhưng thật ra cả hai đều tự dối, pháo không rơi một điểm, một tuyến, pháo chụp toàn thể C2. Pháo tan nát. Pháo mênh mông. Tất cả những lời nói chỉ là cách tự đánh lừa, trấn tỉnh đồng đội và cũng chính mình.

- Hôm nay 14? Liệu hỏi bâng quơ, gợi chuyện trong tiếng nổ ầm ỉ sắc buốt. Mễ, Hải không trả lời, đưa mắt dò hỏi. Còn lời nào trong cơn mưa lũ của sắt thép vang động nầy?!

- Hôm nay mười bốn, mai mười lăm, ngày đầy tháng con tôi...

Bốn con mắt lại mở ra. Mễ và Hải không hiểu ý Liệu. Không hề hiểu nổi... Vì Liệu đang nghĩ: Không lẽ ngày đầy tháng con bố lại chết?! *"Chết"*, chữ nhỏ

Cố Đại Tá Nguyễn Viết Cần - TĐT/TĐ11ND (1968-1969). Tử trận trong lúc tăng cường cho mặt trận An Lộc ngày 29/6/1972.

ngắn nầy làm tê liệt hết phản ứng. Chết đến từ tiếng *"bục"* âm âm nơi xa, sâu trong rặng Big Mama... xong nổ *"oành"* đâu đây... Hình như ngay trên đỉnh đầu, trong lòng nón sắt đang vang động u u. Giữa khoảng cách kinh khiếp nầy chữ *"chết"* hiện ra sáng rực như một giải quang báo, tiếp nổ bùng với toàn hể sức công phá. Tiếp tục... tiếp tục... Bốn cây 130 ly nơi xa nã đạn xuống Charlie nhịp nhàng từng ngắt khoảng ngắn.

Năm giờ chiều, trận mưa đại pháo chấm dứt để cối và sơn pháo 75 ly điểm giọt, bắn thẳng vào căn cứ.

- Xong rồi, tụi nó *"chơi"* mình lại. Mễ đứng khỏi giao thông hào. Đêm nay là quyết định, mình và nó last fighting... Mễ báo cáo với bộ chỉ huy lữ đoàn,

- Bây giờ tụi nó hết *"in coming (pháo kích)"*, và bắt đầu *"ground attack"*. Không phải Mễ sính dùng tiếng Mỹ, bởi thông thường, những danh từ kia phải được ngụy hóa, nhưng bây giờ tìm đâu ra thì giờ để dò tìm từng từ trong bảng *"Ấm danh đàm thoại"*.

- Nó đánh anh chưa? Viên lữ đoàn trưởng ở căn cứ Võ Định vào máy liên lạc trực tiếp với Mễ.

- Bắc đầu ở hướng cũ, Tây và Tây-Nam, heavy attack.

Tất cả đứng khỏi hầm, đạn súng colt lên nòng, bác sĩ Liệu lúi húi tìm mấy trái lựu đạn...

- Tôi hết đồ nghề bác sĩ rồi, chơi *"đồ chơi"* mới vậy, lần sau đi hành quân, tôi mang một khẩu đại liên 60!

Không ai còn sức hưởng ứng câu đùa của Liệu. Mễ nhăn mặt đau đớn, ngày hôm qua bị một quả pétard (thủ pháo, một loại lựu đạn biến chế) nổ quá gần, sức nổ ép cứng xương sườn vào vách hầm, để lại những vết máu bầm lấm chấm...

Trời tối dần, hơi núi đùn lên cao, đậm đặc thêm vì khói súng. Bắc quân đã chiếm được một phần giao thông hào, tuyến phòng thủ của đại đội 114.

- Trình Mê Linh, nó lấy của của tôi một *"khúc ruột"*. Cho, đại đội trưởng 114 báo cáo với Mẽ,

- Hải, nói với lữ đoàn nó vào tuyến mình rồi.

- Tao... tao mệt... nói không nổi, Liệu giúp hộ...

Bác sĩ Liệu, to người, béo mập, đang khom lưng lẫy súng colt lạch cạch như trong phim cao bồi, chớp ống liên hợp máy truyền tin,

- Dễ thôi, để tôi... Tụi nó cắm được một phần vỏ lạc của tôi... Liệu ề à với giọng tỉnh táo đùa cợt,

- Ông phải la lên mới được, đùa thế, ngoài ấy tưởng mình giỡn,

- Giỡn làm sao, không đùa như thế, chẳng nhẻ lại khóc lóc mếu máo sao... Ê... chạy đi đâu! Liệu quay nòng súng colt về phía một anh lính đang nháo nhát chạy vào khu giao thông hào trung tâm,

- Đi ra, ông bác sĩ không bắn mầy thì tao bắn cho mầy biết chết như thế nào? Mẽ hét lớn với người lính... *"biết chết như thế nào?!"*. Mẽ cũng buồn cười vì lời nói của mình... Chết rồi, thì biết chó thế nào nữa?! Ầm! Một trái bộc-pha nổ thật gần, bắn Mẽ ngã ngửa người xuống. Mẽ lồm cồm bò dậy, sờ lưng,

- ... Bác sĩ, chắc tao bị thương nặng! Mẽ thều thào.

Liệu xoa tay lên lưng Mẽ, thân áo rách lỗ chỗ... Đếch có gì cả, mảnh nhỏ như bụi, vì ông yếu sức nên ngất thế thôi, đây là hậu quả những cú đấm của thằng Hennessy, Couvoisier trước kia!!

- ... C... giờ nầy mà mầy còn trêu được!

- Stupid! Why you fire forty-five? Anh vố vấn trưởng, thiếu tá Duffy hét vào tai Liệu.

- I have only this... Mẹ mày, giờ nầy còn why với what...What cái cần câu ông ấy!

Một đợt, hai đợt... năm đợt, Bắc quân tràn vào, bị đẩy ra, lại tiếp tục tràn vào, chiếm được một đoạn giao thông hào, xong lấn dần từng đoạn.

- Không xong rồi, nó nhiều *"tiền"* quá! Hải lẩm bẩm.

Mễ nhìn Liệu, Hải, cố vấn trưởng Duffy. Tôi muốn ở lại! Mễ chắc giọng.

- Nó vào chỗ thằng 4 (đại đội 4), đang qua chỗ thằng 2, mình hết đạn... Dọt, tôi đề nghị. Hải khôn ngoan, dứt khoát.

- Phải, mình *"ra"* đi, ở đây chịu không nổi, tụi nó đông gấp mấy mình. Liệu tiếp theo. Chữ *"ra"* ráo hoảnh trống không.

Mễ im lặng, gỡ nón sắc ra khỏi đầu,

-... No hesitation, the best way... Sir? Duffy, Thiếu Tá Lực Lượng Đặc Biệt Mỹ, người quấn băng loang lổ máu khô, anh đã bị thương ba nơi trên thân, nhưng quyết ở lại với tiểu đoàn. Viên cố vấn, hiểu được phút giây nghiêm trọng đối với Mễ; lần đầu tiên anh gọi người cùng cấp bậc, một thiếu tá người Việt với danh xưng kính trọng, *"Sir".*

- Đồng ý, cho thằng 2 dẫn đầu, xong đến đại đội chỉ huy và thằng 4 bao chót. Hải, gọi máy qua thằng 3, bảo nó *"nhổ neo"* ra điểm hẹn nầy. Mễ chỉ một vùng tập trung ở hướng Đông-Bắc trên bản đồ. Bảo nó đi ngay, mang theo thương binh.

Lần đầu tiên trong đời tác chiến Mễ phải *"chạy"*, Mậu Thân, 1968, ở Huế, với đại đội chỉ còn ba mươi người, dẫu trùng trùng nguy khốn, Mễ vẫn điều quân phản công chiếm lại cổng thành Thượng Tứ. Nhưng, lần nầy, viễn ảnh toàn bộ tiểu đoàn bị tràn ngập, Mễ không còn cách nào khác hơn.

- Hướng Đông-Bắc, 800 ly giác, thằng 3 sẽ ra đó với mình. Hải chuyển lệnh cho Hùng *"móm"*, thành phần xung kích còn lại cuối cùng của đơn vị.

- ... OK, em nghe, em làm được cái một. Hùng *"móm"* vẫn ranh mảnh như không có chuyện quan trọng đang xẩy ra.

Đi xuống hoài, vực sâu hun hút, trời tối thẩm và cây rừng đan lưới. Chỉ tiếng lá khẽ động dưới bước chân cùng những thanh âm rên rỉ gầm ghìm trong cổ họng. Đoàn quân lẩn vào bóng đêm như muốn tan thành vật vô hình. Sau lưng họ trên đồi cao, C2 bốc lửa ngọn. Bom đã thả xuống khi người lính cuối cùng đại đội 1 ra khỏi vòng vây. Thương binh nặng và xác *"anh Năm"*, chuỗi cảnh tượng chập chờn chồng lên trí óc Mễ. Mệt, cảm giác rõ rệt nhất, ba ngày và đêm không ăn, ngủ, chỉ nhấp chút nước lã cầm hơi và cuối cùng, cuộc rút quân trong đêm...

- Đi nữa đi Hùng, đúng hướng rồi, cứ tiếp tục, phía mặt trời đó, bao giờ đến chỗ trống thì báo tôi. Nhớ liên lạc với thằng 3 ở phía trái, thấy mặt trời thì bảo. Mễ thì thào chuyển lệnh cho Hùng, Đại Đội Trưởng Đại Đội 1.

Mặt trời chưa thấy, đêm còn dầy. Dầy từng khối lớn mông mênh và đặc cứng. Hình như đã đến đáy một *"tan-véc"* (khe nhỏ chạy giữa hai chân núi), chân bước lên lớp đất ẩm. Nước! Người lính đặt tay xuống *"mặt nước"*. Không có, chỉ một lớp lá ẩm mục và đất bùn, khe suối mùa, chưa có nước. Nhưng bàn tay có chút ẩm, người lính lè lưỡi liếm miếng nước vô hình đó.

Qua khỏi *"tan-véc"*, lên đỉnh đồi, thấy lại sau lưng ngọn lửa ở C2 bập bùng. Bạn bè ta còn đó, sống làm sao được hở trời? Mễ kiệt lực hỏi,

- Hải, khi chót mình để *"anh Năm"* ở đâu?

- Ở giao thông hào, nơi hầm đại liên. Mễ và Hải chỉ nói với nhau được câu ngắn trong đêm. Nguy biến và rình rập vẫn còn rất nhiều. Sao trời chưa sáng nhỉ? Hùng, gắng đi mau hơn nữa, càng xa tụi nó càng tốt, giữ được súng và thương binh nhẹ như thế này cũng tạm coi như là *"đẹp"*.

Đẹp, hình như Mễ cười chế riễu mình trong bóng tối. Thôi, đừng nghĩ gì nữa, cởi nón sắt cầm tay, bốn ngày đội hoài khối sắt trên đầu, khi cởi ra còn nguyên ảo giác của âm vang tiếng nổ lộng trong lòng chiếc nón kim khí. Mệt quá! Sống rồi! Hùng *"móm"* kêu một tiếng sảng khoái, bốc máy báo cáo cho Mễ, nhanh như chớp:

- Tôi thấy *"nó"* rồi phía tay trái tôi.

Mễ nhìn lên tàng cây, trời tím nhạt chưa có ráng nắng, nhưng ngày đã bắt đầu, trảng trống vùng tập trung đã gần đến. Thoát rồi chăng? Mễ tự tin nhưng cũng rất đầy kinh nghiệm: Nó phục mình ở đây nữa thì tan hàng! Ý nghĩ kinh khiếp như một mũi dao cực bén cắm ngay đỉnh đầu. Mễ không dám nghĩ tiếp...

- Kêu thằng *"Đỗ Phủ"* đến tao Hải,

- Duffy come here... Viên thiếu tá cố vấn đang đi sau Hải và Liệu nghe kêu, mỉm cười bước lại. Ba lần bị thương, bốn ngày chiến đấu không ăn, ngủ, Duffy vẫn *"cứng"* như một khối thép, đầu đội mũ đi rừng, khẩu M18 đặt ngang hông, tự tin và bình thản như một ý chí không lay chuyển. Tiên sư thằng cha này

Trung Tá Ngô Lê Tỉnh TĐT/TĐ11ND (1970-1971).

"dur" cả hồn lẫn xác, number one! Liệu nói với Hải khi Duffy qua mặt để lên gặp Mễ. Anh chàng hiểu ý, mỉm cười:

- Hello Doc!

Trong phút chốc sự việc khủng khiếp của bốn ngày căng cứng như vụt tan đi. Nắng cũng vừa đến, nắng đầu tiên của ngày, lòng người lính duỗi ra theo độ ấm của vệt ánh sáng. Sống được rồi mừng biết bao nhiêu!

- Đây nhé Duffy, vùng tập trung của mình, 113 bên trái, phe ta bên phải cùng "move" lên. Mình làm một cái LZ (bãi đáp), xong "mày" gọi "Tây" đem máy bay tới móc mình ra, OK?

- OK Do! "Đỗ Phủ" gật đầu lia lịa...

- Good...very good, you're the best commander! "Đỗ Phủ" đưa ngón cái lên ca tụng Mễ.

- Tao hay hơn nhiều, cú này bị "kẹt", mày khen làm tao ngượng. Duffy không biết Mễ nói gì, cười rộng mồm, Mễ cười theo.

Rất cẩn thận, Mễ cho Hùng "móm" và Hùng "mập" cùng lên trăng trước. Hai cậu Hùng "bắt tay" nhau, làm thành vòng phòng thủ, phần còn lại của tiểu đoàn với đám thương binh "bò" lên tiếp...

- Xong rồi, khá an toàn, giữ được cái trăng là tốt, có đường thoát rồi. Duffy, có tàu bay chưa?

- OK! Ten minutes, Sir!

Nhưng không còn "ten minutes" nào cho Tiểu Đoàn 11 nữa! Một trận mưa rào, mưa đầu mùa... Mưa bởi một rừng cối và sơn pháo từ những cao độ phía Đông "tưới" xuống. Bắc quân tấn công bộ từ Đông-Nam lên. Không hầm hố, không đạn, mệt mỏi, đói khát của bốn ngày đã đến đỉnh cao nhất chịu đựng. Tiểu đoàn 11 Nhẩy Dù lăn lộn, cựa quậy hấp hối trên trảng cỏ tranh trơ trụi dưới lưới chụp đan dầy bởi lửa, khói và mảnh đạn thép...

Hàng sống, chống chết! Hàng sống, chống chết! Bắc quân ào ào như nước lũ tràn đi qua con đê bị vỡ. Tiểu đoàn 11 tựa tình cảnh con báo kiệt lực bị vây khốn bởi một rừng ong cực độc! Bây giờ là 8 giờ sáng của ngày 15-4-1972, Tiểu Đoàn Nhẩy Dù mới tinh của Anh Năm, tiểu đoàn đã khoan thủng bức tường thép của cộng quân ở Damber; tiểu đoàn *"nướng sống"* hai tiểu đoàn của sư đoàn Điện Biên trên cứ điểm C - Thua. Thua đau đớn và thua vô lý! Đâu còn có thế để dựa vào. Đâu còn lực để đương cự?

Muốn đánh nhau phải có *"thế"* và *"lực"*. Thế đã mất ngay từ ngày đầu tiên khi bước xuống cao điểm với một nhiệm vụ "phòng thủ" quá mỏng manh thụ động, và lực nào còn nổi sau bốn ngày hay 156 giờ tác chiến căng thẳng trên các cao điểm nguy biến và thiếu thốn toàn diện. Hình như mọi người đều không ăn, uống kể từ ngày 12. Uống, nếu có chỉ là chữ gọi động tác *"nhúng"* chiếc lưỡi vào nắp bi đông ẩm ướt. Tan hàng! Những người sống sót còn lại tan biến vào rừng cỏ tranh.

Người ở lại với Charlie

Charlie tan, trên đất đá điêu tàn chỉ còn vương vãi khói xám và thây người. Trong đó có Anh - Người đàn anh kính mến đã cùng tôi chia xẻ quãng đời dài. Những dòng chữ viết để nhớ Anh - Nguyễn Đình Bảo.

Ngày 22 tháng 5, ông Nixon đi Nga, không ít thì nhiều chuyến đi ấy đã có tác dụng với cuộc đại tấn công của Bắc quân vào ba quân khu. Rất nhiều giả thuyết về cuộc kịch chiến này được đem bàn tán, nhưng tất cả đều đồng ý: Chuyến đi có ảnh hưởng đến trận đánh và đây cũng là trận cuối mùa, một mùa đại loạn đẫm ướt máu đỏ chảy trên những thân thể gọi là *"người Việt Nam"*. Ngày 22 tháng 5 ông Nixon khởi đầu chuyến đi, ngày 12 tháng 4 anh chết. Sao anh không gắng sống? Anh chỉ cần gắng thêm một tháng rưỡi nữa, nếu chưa chấm dứt, chiến tranh có thể mang những hình thức khác, cuộc đại tấn công này sẽ được đình chỉ lại, hoặc chuyển qua vùng khác... Những vùng dễ đánh để anh có thể tung hoành như anh đã làm nhiều lần trong tháng năm chinh chiến dẳng dặt. Và biết đâu chiến tranh sẽ biến thái lại nên thành chiến tranh du kích, anh là Tiểu Đoàn Trưởng đơn vị Nhẩy Dù, làm sao có thể chết được trong những *"chiến tranh an toàn"* như thế! Tại sao anh không gắng sống? Tại sao thế hở trời?

Vẫn biết rằng đi chiến trận là mất mát. Không chết trước thì chết sau... Trước anh cả trăm, ngàn người đã nằm xuống. Anh đã cùng tôi chứng kiến bao nhiêu lần *"nghỉ phép"* của ông Huệ, Thừa, Hổ... Anh gật gù, *"Thôi tại số, mình gắng chịu vậy..."*.

Anh gắng chịu đã quen. Anh đã thoát nhiều lần.

Từ trung đội trưởng tiểu đoàn 8, anh qua tiểu đoàn 3; làm đại đội trưởng tiểu đoàn 1 và tiếp theo tiểu đoàn 9. Anh đã dự bao nhiêu trận từ thuở ông Đống mới làm tiểu đoàn trưởng giờ này là Trung Tướng Tư Lệnh; anh đánh trận từ lúc chiến tranh còn như là trò chơi, ông Tư *"Hòa Hảo"* đi thuyền vào họp với Việt Cộng, đám giặc cỏ chỉ vài cây súng ngựa trời hay 2 khẩu Mat 36 để thay đại liên.

Từ những trận đánh nhỏ đó, anh được *"trưởng thành trong khói lửa"*, thành ngữ nói ra nghe có vẻ *"cải lương"* nhưng quả thật không còn chữ nghĩa nào để dùng chính xác hơn. Anh đánh trận Ấp Bắc, giải vây đồn Bổ Túc vào những năm 60, với những trận đánh mở đầu *"chiến tranh giải phóng"*. Chiến tranh lớn dần như một thứ quái thai được mùa, như tế bào ung thư ngon trớn, chiến tranh lớn như sinh vật quái dị ở hành tinh khác đến đây nẩy nở theo cùng chiều rộng của không gian. Khói lửa từ đấy dậy lên như giông bão. Trong *"môi trường"* hào hùng độc địa nầy - Anh trưởng thành.

Anh già hơn không phải do số tuổi, nhưng chiến trận, hành quân như mối nối thời gian để nhắc nhở mỗi ngày, mỗi tháng, năm anh qua... Năm 1965 giải vây Đức Cơ, Pleiku; năm 1966 bị phục kích ở Cheo Reo, cũng năm này *"giải phóng"* Bồng Sơn, Tam Quan. 67 *"lội"* nát người suốt vùng Thừa Thiên, Quảng Trị, từ cái làng nhỏ ở bên kia sông Hương nhìn ra phá Tam Giang, đến cuộc tấn công vào khu phi quân sự đổ từ đèo Ba Giốc xuống.

Hết 67 đến 68 anh đem quân về vùng đồng Ông Cộ, Hốc Môn, Bà Điểm; Việt cộng tấn công đợt Hai, tiểu đoàn 9 do anh làm *"ông Phó"* có cơ hội *"rửa mặt"* nhân vụ tịch thu cả hầm vũ khí chở đầy một chiếc F.O.M. Chiến thuật thay đổi, từ ven đô anh di chuyển về Tây Ninh để *"cày"* từ Tống Lệ Chân qua Katum, Trại Bí... Suốt một vùng biên giới dài theo con sông Vàm Cỏ anh đi như không mệt... Anh đi như định mệnh đốn mạt bắt anh dính liền vào mỗi thước đất phải bước qua.

Nhưng chưa bao giờ nghe anh than tiếng nhỏ. Sự chịu đựng và vẻ bình thản là tính chất căn bản của anh.

- Mầy biết nhá, tao di cư vào, mỗi ngày phải đạp xe mờ người chạy từ trại định cư đến Phú Thọ để lấy khẩu phần bánh mì và năm đồng bạc. Mầy biết, tao tập thể thao to chừng này, thằng Tây bán thịt gần trăm ký bị tao ném một cú đòn vai, nằm luôn.

Anh là con nhà võ, thắt đai đen nhu đạo thời kỳ 56-57, tính chất võ chân truyền này là nền tảng tinh thần của anh. Đó là một tinh thần rất thường ở bề mặt nhưng phần trong rất *"sáng"*; một thứ *"sáng"* mã thượng, độ lượng và chân thật - Chân thật và thẳng thắn tuyệt đối. Anh sống ở đời giản dị và thẳng thắn như kẻ có võ công thượng thừa lại thêm tâm tư nhân ái. Anh không một lần than thở dù lúc làm *"ông Phó"* ở tiểu đoàn 9 anh bị *"kẹt"*. Anh bị nạn. Anh bị *"ép"*. Bị *"nát như cái mền"*. Nhưng tất cả đều không đáng kể... Hãy nghe anh nói:

- Mày thấy, tao là lính tác chiến, rồi cũng có ngày tao phải chỉ huy, nhỡ bị kẹt là cái hạn của mình, sau đó mình *"bốc"*. Anh cong một bàn tay lên làm cú *"bốc"* kèm theo tiếng chửi thề *"mẹ"*.

Sự bực dọc của anh chỉ được diễn tả chừng ấy. Không hận đời và tin ở mình. Trong đời sống bình thường, anh sống với thái độ khắc kỷ thật cao thượng.

Cố Thiếu Tá Nguyễn Văn Thành (trái)
TĐT/TĐ11ND (1974-1975).

Anh Năm kính yêu,

Anh chết ngày 12 tháng Tư, đến giờ này, sau ba ngày xác anh vẫn chưa móc ra được. Ngày 14, ông Bạch Long cho hai trực thăng và một Skyraider vào, cố làm một bãi đáp để đưa anh ra, cả ba chiếc đều bị "shotdown". Người lính về nói với gia đình như thế, cháu Tường bảy tuổi đã lớn, nhưng cũng chưa hiểu nổi phận bi thảm của lần mất bố, kể lại câu chuyện... Kể lại phút anh nằm xuống với lồng ngực bị vỡ. Không biết chi tiết đó có đúng thế không, nhưng cháu cứ lập lại với mọi người xem như như một nét "xuất sắc" của anh.

Tội nghiệp cháu quá anh ơi, nó đang lún xuống trong một bất hạnh với quả tim hồng và nụ cười sáng, nó nắm tấm ảnh lúc anh còn ở trường, thắt đai đen bên cạnh ông Hiếu... "Bố cháu là những người xuất sắc!" Ôi anh đã sống, chết bởi những hoàn cảnh cực độ. Những phiền não cùng cực và vinh quang bốc lửa. Anh di chuyển giữa những cực điểm với tâm tư bình yên, lặng lẽ, chiếc lưng gù xuống chịu đựng.

Giờ này anh mới "thật sự nghỉ ngơi", một cách nghỉ ngơi cay đắng và khắc nghiệt. Cuộc đời đã "ta-pi" anh trước khi anh kịp đứng lên rũ áo, thối tiền. Anh thua trong sáng suốt và nín lặng cũng như ván bài ở lăng ông Cẩn ngoài Huế trong tối mùa đông năm xưa... "Tao biết mày tháu, nhưng cũng cho mày ăn." Anh úp bài cho tôi vồ tiền. Anh Năm ơi, anh bị cuộc đời "tháu" cú này nữa. Cú tháu độc địa và hết thuốc chữa.

Anh chết thật rồi! Tin cuối cùng rõ ràng về anh do Hải "khều" nói lại không thể sai vào đâu nữa. Hầm anh hứng đúng ba trái hỏa tiễn, mảnh ghim vào tim và anh chết ngay phút đầu tiên, khi "tụi nó" bắt đầu đánh biển người vào Charlie. Hải *"gói"* anh vào ba lớp poncho, nhưng máy bay không xuống được, Mê Linh lại bị thương. Chúng nó phải *"rút lui chiến thuật"* vì pháo và hỏa tiễn rơi đến cả ngàn trái vào căn cứ, đặc công cảm tử lại phá được hàng rào ngoài.

Giữ thế nào được nữa, Mễ lẫn Hải đều bị thương, chúng cố điều động phần sống sót còn lại để mở đường máu, bảo toàn đơn vị. Phải bỏ anh lại, chắc chắn Mễ đau đớn lắm, vì hắn và tôi đều nặng ân tình với anh biết mấy; từ thuở ở tiểu đoàn 9, anh *"che"* cho hắn bao nhiêu đòn; Mễ là đứa rất có tình, bỏ anh lại nơi chốn núi rừng, vùi dưới đống đất cát và lửa đỏ chắc là vết thương dài đời không hết, tâm hồn khó được phần quên lãng nguôi ngoai.

Mấy hôm nay tôi ngủ không được, mắt nhắm lại thấy cảnh anh đang chết, những giờ khắc cuối cùng, anh chống ngược mắt xuôi tay và đi khuất... Tưởng đến tiếng nói, nụ cười và toàn thể không khí của bữa cơm chót trong vườn Tao Đàn, đâu có ngờ đây là bữa cơm vĩnh biệt?! Chưa bao giờ anh vui vẻ và tự tin cho bằng thời gian đó: *"Số tao hết cực rồi, hạn 33 tuổi đi qua... Tao làm lớn cho mày nhờ."* Tôi cũng nghĩ như thế, vì cái *"võ nghiệp"* cứ phú quý thụt lùi, thôi thì chỉ mong ngày anh *"làm ông tướng!"*

Ngày đó sẽ không bao giờ có nữa, cũng không còn những ngày vui như buổi chiều cuối năm mờ hơi sương, anh và tôi đứng ở sườn đồi Vọng Cảnh nhìn xuống sông Hương bốc khói lam, nồng hớp rượu *"Số Bảy"* không đá, nghe từng âm ba rộn rã của men rượu tan trong máu và cất tiếng cười bất chợt... Tiếng cười hào sảng thống khoái vang động không khí u trầm bí ẩn chiều cuối năm đầy sương lạnh.

Tôi cũng tin vào số mạng, biết rằng anh có tướng

lộ xỉ không được tốt, nhưng bù lại tai anh dày, có thùy châu, bước đi vững chãi... Nên nghĩ rằng anh sẽ đi qua, anh sẽ vượt qua tất cả hoạn nạn, vì anh đã hoạn nạn dư thừa, hoạn nạn ngập mặt. Từ tuổi thiếu niên, anh đã gian nan phấn đấu, phấn đấu để thành người và dựng đời, anh đối chọi với khó khăn như con trâu miệt mài trên đồng ruộng. Năm nay anh 35 hay 36 tuổi, tôi không được rõ, nhưng hình như anh chưa có ngày nghỉ ngơi đúng nghĩa. Cuối đời, vừa le lói chút ánh sáng bình yên và hạnh phúc, anh hân hoan sửa soạn tương lại, rộn rã như cô dâu tốt số. Đời đã quật anh cú chót và anh đành thua. Bao nhiêu năm tranh sống để lúc chết quả tim đang hả miệng cười.

Tiểu đoàn rút khỏi Charlie và phi cơ oanh kích căn cứ. Ôi sao tàn khốc thế hở trời?! Anh đã sống cay nghiệt sao cái chết lại quá bi thương. Ba lớp poncho gói thân anh làm sao che chở nổi hình hài vô tri dưới cơn mưa bom, bão thép. Phép màu nào giữ nổi xác thân anh? Vĩnh biệt, Anh Năm kính yêu... Nơi chốn hư không nào... Mong linh hồn anh được lần yên nghỉ.

Viết lại,
12, Tháng Tư, 1972 - 12 Tháng Tư, 1998.
Lần "thật chết như luôn sống lại",
Dù bao lâu,
Cách bao xa.

Trung Tá Nguyễn Đình Bảo (phải - Tiểu Đoàn Trưởng
TĐ11 Dù), và Đại Tá Phước (Tư Lệnh Phó SĐ Dù).

Trung Tá Nguyễn Đình Bảo (phải), và Đại Úy Đoàn
Phương Hải (trái) tại chiến trường Camphuchia, 1971

Tạm kết,
Giữa Mùa Hè

Charlie mất, Delta ở phía Nam do tiểu đoàn 7 Dù phải rút đi vì không chịu nổi cuộc cường tập kéo dài qua ngày thứ tư; vòng đai Nhẩy Dù tan vỡ dần như chuỗi dây xích nút đầu bị phá. Chỉ còn lại hai cứ điểm chót là Bravo và Métro ở trái, phải Võ Định. Nhưng Võ Định không thể là một điểm chiến thuật vững chắc khi cạnh sườn đã bị nhổ.

Ngày 24, tháng Tư, phi trường Phượng Hoàng (tây Tân Cảnh), Tân Cảnh và hai căn cứ Diên Bình, Zulu ở phía Nam lần lượt tan rã. Võ Định không còn là một cứ điểm có khả năng kháng cự và bộ chỉ huy Lữ Đoàn 2 đưa Tiểu Đoàn 7 dần dần mở đường xuôi nam hướng Kontum.

Kontum dưới ảnh hưởng của việc mất Tân Cảnh biến thành cảnh địa ngục với những trận đánh sát nách thành phố, như ở Đại Chủng Viện, khu phi trường. Những đơn vị đặc công Bắc quân với ám hiệu riêng: Tay áo cuốn lên quá cùi chỏ, quần xắn quá đùi, mảnh vải trắng buộc quanh vai, đã đột nhập vào những nơi trọng yếu của thị xã.

Công trường 2 cộng sản sau khi dưỡng quân, vượt sông Pô-kơ đánh vào sườn của Lữ Đoàn 2 và các chiến đoàn Biệt Động Quân. Lữ Đoàn 2 Dù chỉ còn mỗi đường, các tiểu đoàn tự nương bảo vệ lẫn nhau rút về Pleiku. Lữ đoàn lại hết nhiệm vụ Vùng II để ra Vùng I. Đường về Pleiku phải qua đèo Chu Pao đỉnh núi 953 trông xuống sông Dak Yeul với những cao độ thẳng đứng. Chỉ còn mỗi đường này là sinh lộ, nhưng sinh lộ phải qua điểm chết: Đèo Chu Pao.

Hai đại đội của Tiểu Đoàn 7 Dù do Nguyễn Lô (Tiểu đoàn phó) chỉ huy mở một đường đi qua điểm chết với chấp nhận tỷ lệ thiệt hại 50% quân số. Và cũng như bao lần của mười năm chiến trận, Lô mở được cửa ngõ về Pleiku, dân và quân theo đó rút đi. Rút đi khỏi địa ngục, vì Kontum không còn là thành phố sống, người dân thất thần dáo dác giành dựt nhau kiếm một chỗ trực thăng ở sân vận động...

Giữa bụi mù và tiếng nổ đại pháo, cảnh người sống cuồng loạn đổ xô vào lòng trực thăng bất chấp tiếng súng thị oai của quân cảnh. Họ chen nhau như nước tràn qua đê vỡ để đến gần, đến gần hơn chút nữa ngưỡng cửa trực thăng, và lúc tay vừa chạm được khối sắt xám phủ bụi đỏ, chân cong lên sắp bước vào lòng của *hy vọng sự sống* thì một cơn sóng khác, đạp họ ngã xuống, kéo hút ra xa...

Kontum cháy ngọn lửa hồng lên cao hẳn khỏi rừng xanh. Chỉ còn mỗi hình ảnh bình yên nơi thành phố đang bùng lửa này là hàng phượng đỏ hoa gần câu lạc bộ ngã cành xuống mặt nước sông Dakpla mờ sương khói. Nhưng phượng cũng có màu đỏ - Màu của máu.

Con người và cảnh trí An Lộc trong bình yên...

... và trong chiến tranh.

Chương 4

AN LỘC,
Miền Đông
không bình yên.

Bỗng chốc thị trấn nhỏ về cực Đông-Nam phần cuối con Đường 13 trở thành địa danh vang dội toàn thế giới... Guernica, Arden, Berlin của Thế Chiến lần Hai không còn ý nghĩa khi so với thị trấn bề dài 1,800 thước và bề ngang từ cửa Phú Lỗ đến hàng rào phòng thủ tiểu khu đo đúng 1,000 thước. Trên diện tích bé nhỏ nầy, lại nhỏ hơn nữa của những ngày *"tử thủ"*, khi thành phố *"co"* lại với khoảng 900 thước bề dài còn lại - Một ô vuông cây số hứng chịu gần 60 ngàn quả đạn, đạn đại bác bắn tập trung từ mười vị trí trở lên trong 100 ngày vây khốn.

Thế nhưng, An Lộc đã chịu đựng được. Quân và dân ở An Lộc đã chịu đựng được. Chịu đựng - Sức mạnh tự nhiên không bờ, không đáy - Với nó, trong đó, Người Việt ngụp lặn miệt mài để tồn tại.

Sống! Thượng Đế ban món quà hiếm hoi quý giá này cho dân tộc ta quá khó khăn, hẹp lượng. Chỉ được sống, dân và lính ở An Lộc đã phải căng mình hứng chịu dài cơn bão săm sắp tiếng nổ và mảnh thép, trong ba tháng. Họ đã đến những *"đỉnh"* đau đớn chóng mặt, như từ một độ cao hai trăm thước, người mẹ sẩy tay đánh rơi đứa con khi trực thăng chao mạnh. Cái chấm nhỏ bé tội nghiệp rơi dần dần vào một cõi xa xăm mất hút... Không nghe được tiếng động của thân thể trẻ thơ đập mạnh trên đất đá. Không có tiếng thét bi ai của người mẹ mất con... Chỉ âm động phần phật cánh quạt phi cơ và gió bạt trên không gian im lặng. Từ đỉnh cao hai trăm thước đến vực sâu hai thước giữa lòng đất đỏ lạnh tanh, người cha bình thản ngồi xếp ngay ngắn, thẳng hàng hình hài năm đứa con và người vợ, sau khi đã đặt tay chân đúng vào thân thể của mỗi đứa.

Nỗi đau đớn dài như con Đường 13 từ An Lộc về Chơn Thành, Lai Khê, Bình Dương. An Lộc, Lộc Ninh... Tên đặt ra nghe sao quá thê thảm, tội nghiệp, làm gì có *"bình an"* nơi miền Đông tàn khốc này... Tất cả chỉ là ước vọng. Nói thật hơn, chỉ là những hư vọng khó có lần hiện thực - Ảo giác mù mờ khi con người đã đến đáy khốn cùng. Chạm tay sự chết.

Trong qui ước truyền tin quân đội, chữ A được

đánh vần là *"Alpha"* hay *"Anh Dũng".* An Lộc cũng bắt đầu với chữ A, thế nên tôi gọi *"An Lộc là Anh Dũng"*; tĩnh từ này đã được dùng quá nhiều, đến độ nhàm chán, nhưng ngoài nó ra không còn một danh từ nào xác thực và đúng đắn hơn. Phải, An Lộc là Anh Dũng. Chiến đấu ở An Lộc - Sống ở An Lộc - Chết ở An Lộc - Tất cả trùng trùng tràn ngập, vây kín, kích động bởi tính chất anh hùng. Tôi không nói quá lời, với chân thật của người cầm bút và tấm lòng giản dị của người lính, xin xác nhận lại một điều: An Lộc - Anh Dũng. Yếu tính của thành phố, người và sự kiện nơi An Lộc là tĩnh từ giản dị đầy đủ kia.

Mười năm kinh qua trận địa, bao nhiêu trang sách về binh sử đã được đọc, tất cả đều bị An Lộc vượt xa, vượt một tầm quá lớn mà không một trận chiến nào có thể bén gót được. Kiến thức quân sự, ý niệm chiến tranh, tất cả bị đổ nhào vô nghĩa, vô dụng với An Lộc. Chắc chắn như thế, nếu ai hằng đến sống - chết cùng với nơi chốn ấy một lần. Những *"huyền thoại"* về An Lộc đã được khai thác, nhưng không hết. Những người kiệt liệt của An Lộc đã được nhiều nhắc nhở nhưng chưa đủ. Tôi nối tiếp công việc này vì An Lộc không những chỉ có Tướng Hưng với các Trung Đoàn 8, 9, 48, 52 của Sư Đoàn 5 Bộ Binh; Đại Tá Huấn với Liên Đoàn 81 Biệt Kích Dù; Liên Đoàn 3 BĐQ, và Đại Tá Nhật với thành phần cơ hữu Tiểu Khu Bình Long. Ngoài những lực lượng này, còn có Lữ Đoàn I Nhảy Dù, đơn vị tham chiến từ ngày 7-4, bắt tay An Lộc lần một vào ngày 16-4 và lần thứ hai sau trận đánh trên tất cả các trận đánh, Tiểu Đoàn 6 Dù *"clear"* hai cây số còn lại vào đến Thanh Bình (hay đồn điền Xa Cam) trong "bốn mươi lăm phút chiến trận". An Lộc được *"bắt tay"* lần thứ hai lúc 17g45 Ngày 8 Tháng 6 năm 1972.

Không ảnh An Lộc trước Tháng 4/1972, trước cuộc tấn công của cộng sản.

quê hương của loài nai

Đường 13 chạy từ ngã ba Chơn Thành đến An Lộc đo được 30 cây số, tiếp tục về hướng Bắc thêm 18 cây số nữa là Lộc Ninh, bên kia biên giới là Snoul, qua Snoul con đường ngã theo hướng Tây-Bắc để tới Kratié, nằm cạnh bờ Cửu Long; nép bên bờ trái con sông, đường chạy tiếp về phía bắc để gặp StungsTeng, vị trí chiến thuật quan trọng của đường giây ông Hồ từ Bắc vào.

Đoạn này có thêm một tên khác, *"Đường Sihanouk"* cho có vẻ đại đồng nhưng thật ra cũng chỉ là của anh Hồ cộng sản. Khởi đầu cuộc chiến *"Đông Dương lần thứ Hai"*, những công thần đầu tiên của Trung Ương Cục Miền Nam đã lần mò, tìm kiếm, ráp nối lại con đường... Bắt đầu từ vùng suối Đá, suối Chà Là, suối Ma vùng Bình Long, Phước Long, băng qua biên giới, đến những *"mật khu"* trong tương lai sẽ vang danh theo chiều rộng thế giới: Lưới Câu, Mõ Vẹt.

Năm 1970, đại quân Miền Nam từ Bình Long, Tây Ninh, đồng loạt xua quân qua biên giới; cánh quân cực Bắc của lực lượng vượt biên đã có lần đi xa quá Snoul để đến gần Kratié. Cộng quân tan nát, đổ vỡ toàn thể hạ tầng cơ sở, kho tàng, trọng điểm tiếp liệu và căn cứ trung ương. Hai năm sau, những ngày đầu 1972, một lực lượng cộng khác, thứ cộng nguyên gốc, theo một kế hoạch được bảo mật tinh vi, chuẩn bị yểm trợ cho mục tiêu chính trị, từ miền Bắc xuôi theo Đường 13 vượt qua Snoul cùng ào vào Lộc Ninh với 3 sư đoàn chính qui thượng thặng, sau khi được giàn đại pháo 130 đã dọn sẵn đường. Sau Lộc Ninh là An Lộc. Và thị trấn nhỏ bé của miền cực đông-nam Nam bộ, bắt đầu co vào trong một thế gọi là *"tử thủ"*. Địa ngục có thật bắt đầu từ ngày đầu tháng 4-72 ở đây. Nơi An Lộc.

An Lộc không phải là thị trấn, thành phố, thật ra chỉ là thị xã tỉnh Bình Long, đồng thời cũng là quận lỵ Quận An Lộc, tức Quận Châu Thành của tỉnh. Tỉnh gồm ba quận, Lộc Ninh cực Bắc, An Lộc giữa và Chơn Thành phía Nam. Tất cả cơ sở hành chánh đều nằm trên con đường 13, con đường lớn phẳng phiu chạy thẳng theo hướng Bắc-Nam, vạch một đường đen thẫm giữa rừng cao su xanh lá, nổi bật trên màu đất đỏ nâu mịn màng đẹp đẽ.

Đỏ nâu cũng là màu máu khô, đường 13, con số của sự xấu - Định mệnh đã định rõ: Con lộ mang số tử thần và màu máu thẫm - Hai cuộc chiến tranh chứng tỏ có một Thượng Đế nhẫn tâm khắc nghiệt đã sắp đặt sẵn điêu linh cho nơi chốn, lẫn người. An Lộc, tên nghe thuần hậu hiền lành, như cảnh tượng đàn nai chạy tung tăng trên đồng cỏ tranh mượt sóng. Đàn nai sống no đủ bình yên, được che chở bởi tàng cao su, rừng bạt ngàn xanh im bóng nắng và hàng vạn con suối mang đủ các địa danh Việt, Miên, Thượng...

Những giòng suối đầu tiên của sông Bé ở phía đông và sông Sài Gòn ở phía tây. Bình Long - Quê hương loài nai nằm giữa hai con sông trải dài trên một bình nguyên bao la, miền Đồng Nai Thượng không những chỉ là một vị thế tốt, còn là chiếc nôi nuôi dưỡng quốc gia với tài nguyên thiên nhiên phong phú, quý hiếm. Đất rộng mênh mông chập chùng đồi thấp đến tận Biên Hòa, Gia Định. Đất giàu đẹp, uy nghi như hãnh diện bất tận quê hương. Nhưng, đúng là quê hương khốn nạn. Quê hương gánh chịu tai ương của nhân loại. Quê hương nguy khốn, ngặt nghèo. Quê hương lửa dậy và Bình Long hừng hực tro bay. Nơi sự sống không còn mặt đất.

Địa ngục trước mặt,

Khi đứng trước An Lộc, dẫu kiễng chân, mở to mắt, tôi cũng chỉ thấy được một tòa lầu cao, ngói đỏ, con đường hơi ép trái trước khi vào thành phố, chiếc tăng T54 nằm bên vệ đường, che khuất một phần không gian. An Lộc cách một khoảng bảy trăm thước, nhưng sao đã thấy từng cơn rung trong lòng, đã thấy thái dương giật giật.

Đâu phải chiến tranh chỉ có ở trong đó, nơi tôi đứng, năm mươi sáu xác chết của C7, C8 (đại đội 7, 8) của Tiểu Đoàn 2, Trung Đoàn 275, Công Trường 7 đang nằm chật trong các công sự phòng thủ; nơi đây cũng có hai T54, ba PKR 79 nằm chúi đầu xuống hố bom, bộ máy bị tan nát vì lựu đạn công phá. Nơi tôi đứng, chỉ mười lăm phút trước, Đại Đội 62 Tiểu Đoàn 6 Nhẩy Dù đã xung phong cú chót bắt tay với Đại Đội 81 Tiểu Đoàn 8 Nhẩy Dù. Lần bắt tay vinh quang của quân sử người Việt phương Nam. Nơi tôi đứng cũng dậy mùi người chết gây tanh trong gió...

Chiến trường nơi đây cũng đã quá nặng độ, nào cần vào đến trong kia. Nhưng An Lộc nơi xa bảy trăm thước ấy lại gây cho tôi cơn đau đớn giật ngược, người cồn cào nóng rực tưởng như đứng trước một người thân vừa ngã chết!

- Tôi vào trong đó nghe anh Năm? Tôi hỏi trung tá Đỉnh, tiểu đoàn trưởng 6 Dù.

- Khoan, mai sớm hẵn hay, đợi đi, từ thẳng 8 (tiểu đoàn 8) vào trong kia đâu có yên, nó pháo chết cha mày. Chết lại không có được *"tuyên dương công trạng"* nữa,

- Ừ vậy thôi, ngày mai.

Đường 13 với máu và nước mắt của người dân
chạy loạn cộng sản (Tháng 6/1972)

Đêm xuống thật nhanh trong rừng, rừng cũng chỉ là chữ để gọi tên một vùng cây, vì ở đây rừng chỉ còn những thân cây cháy đen tua tủa dựng lên trời với cành khô không lá. Cây ngổn ngang và rừng điêu tàn. Bom đánh xuống cháy một xóm nhà vốn là sự thường trong chiến tranh, nhưng đốt cháy hẳn một cánh rừng bao la thì chỉ có ở Việt Nam. Nơi thiên nhiên biến dạng bởi lửa đỏ.

Tắt lửa. Trời tối thẫm. Vài viên đạn đại pháo cầm canh điểm giọt dài từ bắc An Lộc đến cuối nơi đóng quân của Trung Đoàn 33 Sư Đoàn 21 Bộ Binh. Lần đầu tiên tôi dự trận chiến *"bắn quấy phá"* do pháo của Cộng quân. Ưu thế hỏa lực vùng này không cần phải xét thêm, địch hơn hẳn ta một chặng đường dài, quá dài không theo kịp. Trời sáng tôi sửa soạn hành lý để dông. Có tiếng người gọi 64 (Đỉnh) ở trong máy. Tiểu đoàn trưởng 5 Dù ngỏ lời chào mừng Tiểu Đoàn 6,

- Ông bắt tay được với Tiểu Đoàn 8 là tay cừ, tụi này đợi cả hai tháng, chả có ai nắm được tay mình, mỏi bỏ mẹ...

- Hì... hì, Đỉnh cười thích chí. Hiếu khóa 14, Đỉnh 15 Đà-Lạt, cùng là dân năm *54 "mang rau muống vào Nam diệt thù"*, nay gặp được nhau giữa rừng chiến trận, câu chuyện vang vang những lời thống khoái... Có Nam Xương (Danh hiệu truyền tin trước kia của tôi, Nam là tên, Xương nghĩa là không có... thịt) lên đây với tôi, 55 (Hiếu) có muốn gần nó không?

- Đâu đâu, cho tôi nói chuyện với nó một chút, lâu không được nói chuyện với dân civil!! Chắc giọng nó *"thơm"* lắm.

Tôi cười ngượng ngùng, có một chút xấu hổ làm cứng mặt, đàn anh của tôi đã nói thật. Nhu cầu được gặp và nói chuyện với người lạ là một phản ứng thông thường của người lính miệt mài trong rừng rậm. Bao nhiêu lần tôi cũng đã có cảm giác này. Chui rúc mãi trong rừng sâu, đóng quân ở nơi hoang dã, khi thấy được một con đường, dù chỉ là loại đường đất trải đá dẫn đến một làng xóm cũng gây nên cảm giác ấm áp trong lòng - Cảm giác sống giữa nơi có người, không lẻ loi... Gặp mặt người, ước muốn sao nghe quá cay đắng, nhưng chính là một hạnh phúc tội nghiệp mà chỉ có người lính trong chiến tranh mới cảm thấy.

Tám trăm thước từ tiểu đoàn 6 đến khu vực tiểu đoàn 5 tôi đi hơn nửa giờ...

- Mày đi qua đó thì coi chừng, có hai hướng pháo, một ở Tây-Bắc, một ở Đông-Nam. Nếu ở hướng Đông-Nam lại thì không sợ, chỉ sợ hướng Tây-Bắc. Khi nào nghe pháo tới thì đứng xây lưng vào cây cao su hoặc nhẩy xuống hố. Đỉnh dặn dò tôi trước khi vào vùng pháo.

- Anh coi thường tôi quá, cũng đã là Đại Đội Trưởng Đại Đội 93 Tiểu Đoàn 9 từ 1965 chứ đâu phải là dân cù lần chưa đánh giặc.

- Tại vì mày đeo cái máy ảnh, tao cứ tưởng mày làm báo thứ thiệt!!

- Báo quái gì, giang hồ chơi vậy thôi, tôi dọt, về viết bài bốc anh!

Rừng không nắng, đất đỏ tung tóe, cây gẫy đổ chắn lối đi, xác Bắc quân chôn tập thể ngổn ngang gò đống, pháo rời rạc rơi, cứ năm phút từng cặp một... Tôi cũng nhiều phen tìm hố để ẩn nhưng người làm sao nhanh hơn đạn, khi đứng được trong hố thì đạn đã chạm nổ rồi!

Mới hơn một năm đã quên bố hết phản ứng... Chẳng bù năm xưa khi trái đạn đầu tiên vừa nổ ở vùng phi quân sự, tôi đã ở nguyên con trong hố đào bằng nón sắt! *Mình hết thời lính rồi!* Tôi lẩm bẩm nhắm hướng tiểu đoàn 5 đi mặc kệ pháo rơi trên mặt lộ... Nếu nhỡ mình chết ở đây thì với tư cách gì nhỉ? Dân cũng không, lính chẳng phải. Không có một điều gì kéo tôi đến đây, không lẽ để lấy tài liệu làm *"tác phẩm"*?!!

Mồm ngậm điếu thuốc, tay bỏ túi quần, tay giữ máy ảnh, tôi cũng lạ với mình trong phút giây *"đạt đạo"* này. *Đời là sự vô thường!!* Tôi luận lung tung trong đầu khi bước chân đi qua vùng rừng được lính Nhẩy Dù đặt danh hiệu *"bãi pháo"*. Pháo là pháo kích, đại pháo của Cộng. Hơn ngàn người dân An Lộc đã chết trên tám trăm thước ngắn này trong những ngày trước khi họ cố bỏ nơi đỏ lửa để xuôi nam... Gạo sấy, tay nải, nón, guốc còn lác đác đầy khoảng rừng. *Chụp hình được hết những mảnh vụn này không?* Tôi tự hỏi khi loay hoay điều chỉnh ống kính. Chẳng thấy được gì, thôi vậy. Tôi xếp máy đi hết quãng đường.

Đến khu đóng quân của tiểu đoàn 5, chẳng có người lính nào trên mặt đất, pháo đang nổ ngoài đường. Dứt pháo, những cái nón sắt từ từ nhô lên khỏi nắp hầm, hầm dưới đất, nắp hầm khum khum như những nấm mồ nhỏ... Cảnh tượng giống như đàn còng gió khi thấy người đi đến vội tụt xuống cát trên bãi biển. Những người lính vừa nhô lên thấy tôi nhoẻn miệng cười.

- Báo hả? Có thuốc lá không?

- Chẳng phải báo beo gì cả! Thuốc lá còn mỗi điếu ở mồm đây, hút không?

- Hút! Người lính thò tay lấy điếu thuốc không chậm một giây.

Đến hầm ông Hiếu, phải một phút kêu gọi, ông

tiểu đoàn trưởng thâm niên nhất của nhẩy dù mới *"bò"* ra khỏi ổ...

- À Toa, đợi đấy, moa đãi toa hộp bia và bánh do bà vợ vừa gởi lên.

Tôi cởi áo giáp, máy ảnh, nhận hộp bia vàng sánh. Như những người lính im lặng chung quanh, tôi bình thản uống từng hớp bia hạnh phúc.

Đến một độ nào đó con người sẽ *"bão hòa"* với đau đớn, trở thành trơ, mất xúc cảm và vô vi như một kẻ đạt đạo cao siêu. Tôi chỉ mới qua vài ngày chiến trận, chỉ mới ở vài ngày dưới vùng *"hỏa tập tiên liệu"* của địch, đầu cũng đã cứng và lòng phẳng trắng vô tri. Uống, bia lúc nào cũng ngon và ngọt, thở một hơi thuốc thơm lên vòm trời âm u.

Ầm! Ầm! Lại hai hỏa tiễn, tôi thụt đầu vào lại hầm, hộp bia sóng sánh trào ra chút bọt nhỏ. Uống thật say đắm, cạn giọt cuối cùng, biết đâu lát nữa khi vào An Lộc lại bế ngay một quả.

- Lâu quá moa không thấy mặt trời, cao su ở đây còn lá, ngày lại nhiều pháo kích, ở luôn trong hầm cho tiện. Ra khỏi hầm chẳng làm được gì, nhỡ có chuyện gì lại thiệt cho đơn vị.

Người tiểu đoàn trưởng số 1 đã nói thế, trận chiến này quả thật không còn chỗ để khai sinh anh hùng. Đánh nhau bằng lưỡi gươm, người làm tướng thuở xưa có cơ hội chứng tỏ được mưu lược, can đảm và tài nghệ riêng mình. Đánh bằng gươm, lối đánh mã thượng, quân tử, đánh đối mặt, và chết không ân hận. Chiến tranh hôm nay với đại pháo xa hàng chục cây số và viên đạn vô tình nổ chụp. Người thụ động toàn thể dưới vũ khí tàn ác vô nhân. Chiến tranh không những chỉ hủy diệt đời sống. Chiến tranh còn làm mất giá trị con người.

Mãn Thiên Hoa Vũ

Vượt hẳn hết ý niệm từ trước, bỏ xa trí tưởng tượng đã xếp đặt, An Lộc không *"hư"* từng khu, không đổ từng khóm, An Lộc vỡ nát, vỡ tan tành, vỡ vụn... Không còn sự sống trên mặt đất, không còn dấu vết người trên mặt đất, thành phố chìm dưới hầm, sâu dưới đất, càng sâu càng tốt như một ổ mối khổng lồ dưới lớp đất bùn bề mặt. Vòng đai thành phố bây giờ đã nới rộng lên phía Bắc đến gần được sân bay.

Những ngày *"tử thủ"* đường phòng thủ này rút xuống ngang hoành độ 88, từ đây kéo thẳng đến cực nam bãi trực thăng B45 đo được 800 thước và bề ngang được 500. Một diện tích rộng chưa tới cây số vuông đã có lần nhận được 10,000 viên đạn như trong đêm 11 rạng 12 tháng 5; 10,000 viên đạn loại xuyên phá chưa kể hỏa tiễn và cối tung hoành trên mảnh đất chỉ bằng khu vực Đa Kao. Mỗi thước vuông đất phải nhận hơn 10 trái đạn. Đạn Delay xuyên xuống đất hơn một thước mới nổ. Không cần phải trúng ngay hầm chỉ cần nổ bên cạnh cũng đủ xô ngã vách hầm.

Dân và lính thụ động co rút dưới hỏa ngục đổ từ trên trời xuống trong hơn hai tháng. Pháo không phải từng cơn, từng giờ, từng loạt, pháo đầy trời như mưa, pháo ào ạt như gió, pháo kín mít như mây. Pháo không vạch từng đường như Mậu Thân, pháo không đi từng luồn như ở Hạ Lào. Pháo và trời chan hòa trộn lẫn như mưa bay giăng giăng che kín không gian của những ngày xuân mưa bụi.

Dưới bầu trời đầy những đóa hoa tử thần đó. An

Xe tăng cộng sản bị bắn cháy khắp nơi An Lộc.

Lộc co quắp, vật vã, tan thành mảnh, phất phới bay như tờ giấy xé nát được tung lên giữa trời lộng gió. Một hỏa tiễn nâng chiếc xe jeep bay bổng, khối sắt nặng 1/4 tấn vừa rơi xuống chạm mặt đất lại bị thổi ngược lên cao, nhảy lên một mái hầm như hộp thiếc nhỏ bị quay cuồng vì những viên đạn tinh quái chính xác trong phim cao bồi Mỹ.

Pháo đầy trời nên sự chết cũng ở khắp nơi, chết lan như cỏ gà, chết tự nhiên, như sống thì phải chết. Chết ở An Lộc là hiện tượng tất nhiên. Gia đình bảy người, hai vợ chồng năm người con cùng trú trong một cái hầm. Hầm đào dưới nền nhà trên lót vài tấm ván và một lớp bao cát. Tất cả đo được một thước bề dày. Tội nghiệp, dân đâu biết được cường độ công phá của đạn 130 ly. Nên, ầm một tiếng ngắn ngủi, cái nắp hầm tội nghiệp đó tung lên vỡ tan từng mảnh nhỏ như những hạt nước tóe lên khi hòn đá nặng rơi xuống...

Chết! Sáu xác chết được một người còn sống chắp nhặt, vá víu để xác người mẹ không có tay người con, để thằng anh không lẫn chân thằng em. Người cha chậm rãi, từ tốn bình thản đi chọn lựa từng phần thân thể một của mỗi người thân yêu, còn gì trong đầu óc khô cứng đó. Không còn gì, chẳng nên gọi đó là óc não con người. Người đã chết. Con người thật đã chết toàn phần ở An Lộc.

chân dung người giải phóng

Trên đây là những hình ảnh của những *"nội"* An Lộc, chung quanh An Lộc từ những ấp cực tây như Phú Bình qua cực đông Phú Hòa, xuống phía nam như Thanh Bình, Văn Hiến... Những tên ấp nghe thật hiền, hiền lành tội nghiệp như ước vọng nhỏ nhoi của người dân khổ... Dân cạo mủ, dân làm nhà máy mà hơi nhựa cao su đã thấm đẫm qua lớp da, bao quanh thớ thịt tại nên một sắc thịt nâu nâu, nhạt nhạt có cảm giác rút cứng nhão nhoẹt khi chạm phải... Nhưng những người dân tội nghiệp này đã bị kéo ra khỏi thôn xóm cuối đời - Họ là di dân từ Trung và Bắc vào - chống nạng bế con, cõng cha mẹ đi dọc Đường 13 hướng về Tân Khai, Tân Ô, Lai Khê để đến Bình Dương, thiên đường yên ổn khốn mạt đang chờ đón, che chở...

Vì chỉ cách Bình Dương trên mười cây số là Lái Thiêu, nơi có lũ người được mệnh danh là *"giới trẻ"* đang đu đưa trên những chiếc võng ni lông, võng cói, đút cho nhau những miếng sầu riêng, chôm chôm bằng động tác của phim Roméo và Julliette, bằng thứ nũng nịu hờn dỗi dưới những tàng cây xanh im bóng nắng. Cũng dưới những tàng cây như thế này ở Bình Dương cách đó không đầy mười phút Honda, những người dân An Lộc ngồi chồm hỗm nhìn ra con đường ngập nắng, hướng về mạn Bắc, nơi quê hương cuối đời đang đỏ lửa, tay vẫn nắm chặt một mẫu vải vụn mà suốt bốn ngày không rời bỏ... Mẫu vải mang hơi hám kích thước, biểu tượng cho đời sống, niềm hy vọng ở quê nhà.

Người dân rời xóm làng để lại nơi chốn cho những người *"giải phóng."* Họ đi từ Bắc vào, từ Thanh Hóa,

Nghệ An xuống Đồng Hới, băng qua biên giới dọc theo Tchépone, Mường Nông xuôi dần xuống phía Nam, rẽ vào Kontum hay mặt trận B3 hoặc tiếp tục xuống vùng Lưỡi Câu, Mỏ Vẹt trước khi qua lại biên giới để vào Lộc Ninh, cách An Lộc 18 cây số - Hành lang di chuyển mở rộng không chướng ngại. Họ đến An Lộc từ đầu tháng Tư sau sáu tháng di chuyển và bắt đầu *"được"* xích vào cần chân ga thiết giáp, xích vào cây để bắn máy bay và xích vào cổ người bên cạnh để đi hết lời nguyền *"Sinh Bắc Tử Nam."*

Ôi, nhưng đó chỉ là bề ngoài, một bề ngoài giả dối tội nghiệp để che chở phần tinh thần đổ nát, tan vỡ trong kinh hoàng, khiếp đảm. Làm sao không sợ được, vì trong đêm 11 rạng 12 tháng 5, sau khi được 10,000 quả đạn dọn sạch đường, 3 trung đoàn, mỗi trung đoàn quân số 3 tiểu đoàn đầy đủ được *"tùng thiết"* với một đại đội chiến xa thuộc các trung đoàn 203 và 303 thiết giáp, tưởng sẽ san bằng An Lộc, giết toàn thể lính Mỹ Ngụy, không để sống một người dân.

Mười bảy *"pass"* B52, mỗi *"pass"* đi qua do 3 phi cơ thực hiện với 42 quả bom 500 ký, 24 quả bom 250 ký. 17 pass bom sát nách An Lộc 600 thước, chiếc hầm béton của Bộ Chỉ Huy Lữ Đoàn I Dù *"di chuyển"* theo cơn rung của bom. Bom chiến lược, với nguyên tắc chỉ thả cách quân bạn khi có khoảng cách an toàn từ hai cây số trở lên. Cuộc đánh bom phải do chính Trung Tướng James Hollingswoorth của Vùng III điều khiển. Và chỉ một *"pass"* bom ở Trảng Bàng cũng đủ làm cho thành phố Sài Gòn chuyển động, cách nơi đánh bom 30 cây số đường chim bay!

Con người nào chịu nổi 17 pass bom đi trên đầu, bao chung quanh không phải từng lớp nhưng từng chồng, từng tảng âm thanh mà cường độ nằm ngoài sức tưởng tượng... Sợ! Phải sợ, dù người có được đúc bằng thép, thép cũng chảy, người có uống thuốc liều, thuốc cũng phải tan, Marx, Lénine, Hồ Chủ Tịch, Võ Đại Tướng chẳng còn là cái quái gì trong khối không gian điên đảo tàn khốc đó - Sợ, nên dù có bưng bít, che dấu trong lá thư gởi về gia đình ở Nghệ An, Nguyễn Đình Nghiêm, ám danh quân số và đơn vị là HT 810042 SZ 7, sau một thời khuyên nhủ gia đình *"công tác tốt để đạt được tiêu chuẩn... Em Ba hãy gắng học tập để tiến bộ đúng sự hướng dẫn của Đảng..."* Cuối thư không thể cầm lòng được, Nghiêm viết thẳng: *"Điều kiện chiến trường rất gian khổ, vô cùng khó khăn, thư có khi 2, 3 năm không viết được, nên gia đình cha mẹ chớ trông thư con".*

Viết thế nào được dưới 17 pass B52 đó? Viết thế nào được dưới AC 130 Spector bằng Ra-đa bắn ba quả 105 ly một?! Không viết thư được là chuyện bắt buộc. Không thể sống được là điều tất nhiên. Làm sao có thể sống được hở người cộng sản? Làm sao để sống và chiến thắng hở ông Võ Nguyên Giáp - *"Thiên tài ngu muội"* của lịch sử dân tộc. Lỗi lầm này mấy biển rửa cho tan. Oán hờn chồng chồng cao ngất.

Ở đây, mặt trận với tàn khốc ngập trời, hậu phương lớn ngoài Bắc thì được *"bồi dưỡng"* với hạnh phúc, *"Tết này em sẽ mua về cho mạ 1.5 cân đường, hợp tác xã ủy nhiệm cho gia đình người đi nghĩa vụ quân sự số lượng đường với tiêu chuẩn đó. Mạ có nói đem bột, trứng qua bên này, nhưng như vậy thì tốn quá... Em sẽ làm 50 cái bánh và một gói chè và mạ đã nhất trí..."*

Trời đất hỡi! Còn tội nghiệp nào nữa hả trời, ba năm đi làm giải phóng được *"hỗn hợp vui vẻ"* bằng phần thưởng 1.5 cân đường!! Anh *"giải phóng"* cho ai và để làm gì hở anh Nguyễn Văn Hưu (số quân, đơn vị 271003TB004)?! Anh giải phóng đồng bào miền Nam để *"nhất trí tiến bộ xã hội"* với 1.5 cân đường sao anh?!

Trước An Lộc, không có một luận lý nào có thể tồn tại được, chỉ còn tiếng thở dài bi thiết để nén khối đau ra lồng ngực và chớp mi mắt mọng cay tưởng rơi giọt nước vô hình. Nhưng, khóc cũng không nổi.

chiến trường lộ mặt

An Lộc tàn khốc, nhưng đối với quân dân Miền Nam, sự tàn khốc này mang một nét bi tráng, hào hùng. Đây là khối lửa nung đốt và tôi chín người. An Lộc bi thương - Bi thương ấy thúc dục con người cố đạp đổ định mệnh, vượt khỏi định mệnh tàn ác để tồn tại, tồn tại trong tự do chỉ riêng một lần trong đời cảm thấy khi từ bỏ tài sản cuối đời băng mình đi dưới trời đại pháo.

Chỉ vì muốn sống tự do người dân An Lộc mới bất chấp tất cả, mới vượt qua tất cả, đi trên cái chết, trong cái chết để thể hiện ý hướng trừu tượng mà suốt đời dài không một lần lý luận. An Lộc dũng cảm kiên cường đứng vững chắc trên điêu tàn, vĩ đại như ánh lửa soi đường cho cả dân tộc. để lịch sử mãi ghi nhớ, lòng người hẳn in sâu.

An Lộc, cây cổ thụ quê hương còn lại sau cơn Đại Hồng Thủy máu lửa. Người Miền Nam nhìn An Lộc như tấm gương soi rõ chân dung bình lặng cao cả của mình.

Và chiến trường này cũng có đủ mặt trái của nó. Đó là một chiến trường phi nhân, vô lý và tuyệt vọng. Chiến trường hư không. Chiến trường chết, mồ chôn ảo vọng và bạo ngược. Người cộng sản hứng hết mặt trái khốc liệt này.

Bỏ đi những sự kiện chiến thuật như Bắc quân đã có đủ ưu thế chiến trường, gần hậu cần, hành lang chuyển quân rộng rãi, dễ di chuyển, ngụy trang tốt, tiếp vận, tiếp liệu đầy đủ và nhất là được yểm trợ bởi một hỏa lực khủng khiếp, một hỏa lực vượt hẳn mọi hỏa lực bộ binh đã sử dụng của quân sử thế giới.

So với Mậu Thân, Hạ Lào, chiến trường Trị-Thiên, Kontum... An Lộc vượt quá xa về hỏa lực. Không có một trận địa pháo nào dồn dập và nặng nề như trên chiến trường nhỏ bé An Lộc. Sẽ không bao giờ có nữa, chắc chắn như thế.

Nhưng dù đã có được hết ưu thế chiến thuật, ba công trường 5, 7, 9, được tăng cường hai trung đoàn chiến xa 202 và 203, cộng quân vẫn không *"dứt điểm"* An Lộc. Mặc dù cho đến hôm nay khi viết những chữ này (20-6-72), địch vẫn còn hoạt động mạnh tại Tầu Ô, Đức Vinh và An Lộc còn nằm trong vùng hỏa tập tiên liệu của hai hướng pháo Tây-Bắc, Đông-Nam. Nhưng mục tiêu chiến thuật (nhấn mạnh nghĩa chiến thuật) của chiến dịch đã bị gãy đổ. Hoàn toàn gẫy đổ.

Nhưng, mặt trái chiến trường cũng không phải ở lần thất bại quân sự này. Mặt trái chính là lần tan vỡ *"huyền thoại không tưởng"* về bộ binh Bắc Việt. Bởi nơi đây đã minh chứng, không hề trên mặt trận lại có một loại lính năng lực tác chiến xuống thấp đến thế. Khả năng tác chiến kém có thể do vì thiếu huấn luyện, thực tập, chưa đủ kinh nghiệm trận địa... Nhưng ở đây, yếu tố chính để kết nên căn bản cho toàn bộ yếu kém này là tinh thần Bắc quân: Khối hư không thất vọng và chán nản cao độ.

Ở mặt trận Trị-Thiên, binh sĩ Bắc Việt khi vượt sông Bến Hải tràn xuống Đông Hà, Quảng Trị dù sao vẫn còn mang được tâm lý đánh trên quê hương, nơi đất nhà, vùng thổ ngơi còn dính líu với Miền Bắc. Họ lại được thúc đẩy thêm *"ý niệm đi giải phóng, chiếm đóng"* cộng thêm sự hận thù đối với dân chúng Miền Nam, nhất là dân cư ở các thị trấn, thành phố. Tâm lý này còn nguyên cường độ nên khi vào Quảng Trị, toán lính Bắc quân vẫn giữ được tính chất cực đoan, cường

bạo để thúc dục tinh thần và nâng cao khả năng tác chiến - Khả năng giết dân và quân dân Miền Nam.

Ở chiến trường Kontum, tuy trải qua một chặng đường dài di chuyển, lại chiến đấu trong hoàn cảnh khó khăn, tinh thần Bắc quân vẫn chưa hẳn hoàn toàn tan vỡ vì các trận đánh ở dãy cao độ Delta, Charlie, Hotel phía tây Quốc Lộ 14, ở đèo Chu Pao không có sự hiện diện của dân. Đánh trong rừng, người lính khai triển tối đa khả năng chém giết, không bị ghê tay bởi những cảm giác ân hận, lỡ lầm.

Nhưng ở An Lộc thì khác hẳn, Bắc quân từ mật khu bôn tập về mục tiêu mà dân nhiều hơn lính - Dân dáo dác, sợ hãi, trốn lánh và chết thảm... Lòng người

nào trong cuối đáy không thoáng ân hận khi chính tay mình hạ sát kẻ tay không?! Thêm vào đấy, các công trường 5, 7, 9 chỉ là chỉ danh của các sư đoàn *"mặt trận Giải phóng Miền Nam"* có cán bộ và lính người Nam xen kẽ cùng những người từ phương Bắc đến.

So sánh đã xẩy ra, chuyện trò sẽ tỏ rõ, lính Bắc nhận được chân dung đích thực của mình, biết rõ hành động phi lý khi rời bỏ quê hương từ một chốn mịt mùng để dấn thân vào cuộc chiến tuyệt vọng. Tuổi 15, 16, 17 rất dễ bị kích thích nhưng cũng mau mắn ngã lòng - Số tuổi trung trực, nhạy cảm và thơ ngây. Lính Bắc ở mặt trận này bị phá vỡ toàn diện hệ thống tinh thần vì chiến trường lộ mặt: Hàng ngày

dân chúng vượt qua *"bãi pháo"* qua Xa Trạch, Tầu
Ô... vượt nỗi chết để chạy về phía Lính Cộng Hoà...
Tất cả thực tế nầy như cánh tay nghiêng ly nước
lã đầy. Lính Bắc vỡ mặt, thấy mình kẹt trong chiến
trường phi nghĩa, vô nhân đạo. Nhưng quả muộn
màn vì cổ đã bị xiềng vào đồng đội... Giờ báo tử cho
bộ binh Bắc Việt đã điểm.

Thư của người tình hư vô

Di chuyển trong 6 tháng với cơm khô muối hột, dự trận chiến vô vọng, lại có thêm hoàn cảnh để so sánh. Người dân miền Nam và miền Bắc. Có thư viết về Bắc thú nhận: *"Vấn đề bồi dưỡng tại chiến trường lúc này đã tiến bộ, không còn thiếu thốn như ở thời gian di chuyển (từ Bắc vào) nữa."* Được ăn ngon, thấy rõ dân tình, trạnh nhớ đến gia đình nơi xa thiếu thốn, đường về không còn lối, lòng người lính Bắc trẻ tuổi trùng hẳn xuống đến độ thấp nhất, trong cơn ngất ngư lại được *"bồi dưỡng"* thêm bởi những dòng thư thương nhớ, cái nhớ trùng điệp như Trường Sơn, mịt mù như rừng thẳm, nhớ tha thiết, nhớ giỏ máu, cắt da...

Nhớ và cảm thấy được hết nỗi tuyệt vọng của cuộc tình chia cách. Sức mạnh nào để cầm cây súng, trái tim nào còn đập theo nhịp căm hờn. Người lính Bắc hay gã lính xâm lược ngụy danh cay đắng trong chiến trường lộ mặt, *"Áp lá thư em vào ngực anh đọc đã mấy chục lần..."*. Người tình hư không đã viết vào nhật ký để trả lời cho bức thư tha thiết. Thư của Người - gởi - Người. Người yêu dấu không bao giờ gặp lại. Những bức thư có những nội dung như sau:

Anh Hưu thương :

Thế nào, hai Chủ Nhật trôi qua có nhớ lắm không? Có thể nói từ khi anh và em cùng nhau bắt tay xây dựng vợ chồng thì hai Chủ Nhật này là hai Chủ Nhật khó khăn và nặng nề vượt qua lắm anh hè.

Em biết lắm rồi, trong những giờ phút đó anh muốn thét lên thật to để làm sao ôm lại những lời nói của anh, rồi cùng anh nói chuyện, em cũng biết lắm những bước chân đi trong những giờ phút đó nó như một con người không có tri giác mà những bước đi đó không hề biết đến, không hề nhớ đến, đầu óc sẽ triền miên suy nghĩ, những cái gọi là kỷ niệm ở đời sẽ hiện ra và bắt đầu như diễn kịch trước mắt.

Thật đúng tâm trạng của anh lúc đó em sẽ đoán được, vì sao em lại biết tài như thế? Vì em đã nằm giữa trái tim anh, dòng máu của anh đã cùng chảy theo nhịp thở của em, cho nên dù sao, dù ở phương trời nào em đều đoán được.

Thế nào rồi đó, chân sưng to không bằng cái "cột đình" chưa? Vai đã lột những lớp da bên ngoài gọi là "hồng hào" chưa? Có đau lắm không anh? Có hỏi họ để tìm lá dầu ngoại khoa mà bóp chưa, nhức lắm anh hè. Anh Hưu ơi, em biết đi đường vất vả lắm rồi đó, ăn uống khô khan như vậy có mua gì cải thiện đến không? Trên đường đi có xảy ra đau ốm gì không? Nghĩ đến đó em tê buốt cả người, càng thêm nhớ nhung suy nghĩ, có sinh ra cái mụt nào để làm thêm đau đớn bản thân không? Vì mùa này là mùa mụt của "đồng chí" đấy phải không Thủ trưởng.

Hai chữ Thủ trưởng nói cho vui vậy thôi, chứ không phải em mơ ước như vậy đâu nhé. Thật ra tâm trạng của em chỉ mơ ước rằng sao cho ba năm nghĩa vụ xong anh được an toàn cùng về với em, em muốn nhắm mắt làm sao thời gian sẽ trôi nhanh đi và nhanh đi nữa để anh và em được về sống trong một ngôi nhà nhỏ hẹp, để cùng nhau vượt qua khó khăn, cùng nhau hưởng những hạnh phúc đẹp đẽ.

Những hạnh phúc đẹp đẽ, những cái đó em nuôi một mơ ước, một mộng đẹp, chứa đựng nó trong một khối óc, trái tim đầy tình chung thủy của tình nghĩa vợ chồng đã nhen nhúm từ lúc đầu. anh ơi, xa *anh đi, em nhớ lắm, em thương anh lắm, anh nói, anh cười, anh trìu mến thương, em làm sao quên được. Có ai hiểu thấu tâm trạng của em trong những lúc nhìn vật của anh, từ nét chữ anh viết cho em, rồi đến cái nhìn nữa...*

Chao ơi em muốn bấu lấy mà nhìn, nhìn mãi, nhìn vui nào cho chán được. Anh Hưu ạ, nói mãi cũng không hết nhớ nhung của em lúc này đối với anh, thôi em nói chuyện khác anh nhé...

Trên đây là hai trang đầu tiên của chị Nguyễn Thị Hàng, giáo viên ở Nghệ An viết gởi anh Lê Văn Hưu địa chỉ là: 271003 TB 04, thuộc cánh quân của trung Đoàn 124 phối hợp với Đại Đội 1/117 Trung Đoàn 203 Thiết Giáp, không biết rõ anh ở đơn vị nào... Thư viết bốn trang, tôi ghi lại hai trang đầu không sửa một nét, không thêm một dấu...

Đầu nặng và tay run khi viết lại những hàng chữ trên, người yêu Lê Văn Hưu của Nguyễn Thị Hàng đã chết, chết ngay tại trận đầu tiên sau sáu tháng vượt Trường Sơn vào Nam giải phóng. Người yêu dấu đó đã chết, làm gì còn *"ba năm nghĩa vụ quân sự chấm dứt để anh về với em"* hở chị Hàng? Tình yêu, nỗi lo lắng của chị chỉ còn vang động trên hư không, người yêu dấu rất thương của chị không phải chỉ bị nổi mụt, sưng chân, trầy vai, cảm sốt. Anh Hưu đã bị chết bởi đạn, bởi bom, chết hai lần, ba lượt, chết cháy, chết tan hoang, tiêu tán và tàn khốc.

Không phải lỗi của chúng tôi chị Hàng ạ, chúng tôi phải tự vệ để sống còn, cũng không phải của anh Hưu, anh ấy cũng muốn ở lại bên chị để được *"cười rúc rích với nhau dưới lớp tơi lá,"* để được ăn ngô vì *"vườn ngô trước nhà đã được mùa,"* để được ăn cá và bánh do chị và mạ làm...

Bộ đội Miền Bắc...

... và xác xe tăng cộng sản tại An Lộc.

Anh Hưu không muốn qua đèo Mụ Già, không muốn qua Tchepone, Lao Bảo, anh muốn ở cùng chị để tay nắm tay và *"máu cùng chảy với nhau..."* Tội này là tội của chúng nó - Lũ đồ tể tay không dính máu, hồn cứng ngắt bởi quyền thế và danh vọng. Lũ chúng nó say thứ nặng nhất trong tất cả mọi nỗi đam mê - Chúng nó say danh, say tiếng, say quyền - Trời hỡi, chút tiếng tăm vang động trên năm châu, trên trăm ngàn tờ báo của mọi nơi đã làm con người biến dạng thành quỷ quá dễ dàng thế sao? Lũ ngạ quỷ trầm luân mang danh người và chiêu bài cách mạng giải phóng. Chính chúng nó, thứ thiên tài chết ngập đầy oan khiên...

Chị Hàng thân mến! Tôi người miền Nam không biết được chị, nhưng tôi cũng có một người yêu, một người vợ lo lắng đón chờ mỗi lần tôi bước ra đi... Tôi đi ngắn, chỉ qua vài trăm cây số và về lại trong bình yên, anh Hưu đi đường xa vạn dặm, chuyến đi vào mịt mùng, vào tan vỡ... Anh Hưu không thể trở về. Không bao giờ trở về được...

Gởi lời chào đau đớn đến chị, người đàn bà chờ đợi người chồng bộ đội không hề trở về - Chị Nguyễn Thị Hàng, ở ngoài Bắc, một vùng đất khổ quê hương tôi.

Từ trái: Trung Tá Nguyễn Văn Đinh (TĐ6ND) và Đại Tá Lê Quang Lưỡng (LĐ1ND) thị sát mặt trận An Lộc.

chương 5

Hai mươi bốn giờ của đời người ở An Lộc

Vào mùa Hè 1972, Bạch Lê vừa qua hai mươi tuổi, đúng ra hai mươi-mốt tuổi, hai tháng. Cô nhớ chính xác như thế vì tại thời điểm mùa Hè này cô đã trải qua những ngày, giờ, với từng phút, giây hình như không chuyển dịch, thay đổi. Và từ những giờ, phút không thể nào quên kia (không thể dùng một từ ngữ nào khác để diễn đạt nên), cô đã thành một người nào khác với những

Đại Tá Phan Văn Huấn (Chỉ Huy Trưởng Liên Đoàn 81 Biệt Kích)

tính cách tâm lý, phản ứng chịu đựng, phương thức chống cự qua những hoàn cảnh mà cô không thể lường trước, dự tính ra được.

Cô đã thành một người lạ với chính mình. Tại sao như thế? Tại sao lại như vậy? Cô tự hỏi với bản thân rất nhiều lần câu hỏi đơn giản không thể trả lời này.

Khi cho lớp học nghỉ hè sớm hơn chương trình niên học dự trù theo yêu cầu của Sở Học Chánh do nhận lệnh khẩn cấp từ Tòa Hành Chánh Tỉnh, cô nói với đám học sinh nhỏ lời tạm biệt, và mong sẽ mau chóng gặp lại chúng trong ngày hè tại nhà cô - điểm tập trung vui chơi ngoài giờ lớp học. Cô gọi đám học sinh là *"mấy sắp nhỏ"*, vì đấy là những học sinh bậc tiểu học, cho dù là lớp cuối cùng.

Thật ra, cũng có vài học trò đã đứng ngang cùng cô giáo, có khi hơn hẳn phần đầu, những nam sinh đã, hoặc sắp đến tuổi thành niên. Nhưng bởi trường mở ra trong một vùng chiến trận lâu dài, trẻ con thường phải bỏ học, hoặc đi học quá tuổi, thế nên, được đến trường (dẫu muộn màng) phải là một cố gắng rất lớn của cả gia đình mà phần đông (nếu không phải là hầu hết) cha mẹ nghèo khổ, đời sống khó khăn.

Trẻ thường đi học với bụng đói, nét mặt dãi dầu, chịu đựng, mang theo gói khoai, sắn gói trong lá chuối cùng với những tập vở nhàu nát. Nếu nhà ở ngoài vòng đai chiến lược thị xã thì đứa trẻ phải đi qua những khoảng rừng, khúc đường bị đào, phá, đắp mô, gài mìn như bổn phận hằng ngày của người lính hành quân, lên mặt trận. Chỉ khác, chúng không có vũ khí, và không có vật dụng che thân như chiếc nón sắt, đôi giày cao cổ của người lính.

Đầu trần, chân đất, trẻ băng qua cảnh chết để đến lớp học. Thỉnh thoảng có những em đột nhiên vắng mặt không xin phép trước. Có thể chúng theo cha (thường là quân nhân di chuyển đến đơn vị mới, một nơi xa xôi nào khác); hoặc người cha vừa chết trận (sự kiện bi thảm tất nhiên xảy ra hằng ngày đối với những người lính), nên người mẹ đưa chúng về một nơi nào đấy gọi là *"quê bên ngoại"*.

Thật ra, Thị Xã An Lộc, Tỉnh Bình Long này cũng đã là một nơi xa xôi, hẻo lánh nhất của Miền Nam. Trước đây, lúc chưa thành lập tỉnh, còn là Quận Hớn Quản thuộc Tỉnh Bình Dương, Thủ Dầu Một, Bình Long vốn là vùng đặc thù của miền Đông Nam Bộ với hệ thống đồn điền cao su bạt ngàn rộng, dài đến tận đất Miên. Tầng lá xanh dầy che kín toàn vùng đất đỏ, từ phi cơ nhìn xuống chỉ thấy một màu lục đậm mênh mông, nặng nề, u uất.

Trong khối rừng thẩm bóng mịt mùng này, da người công nhân cạo mủ (thành phần dân cư đông đảo chủ yếu của kỹ nghệ đồn điền cao su thành hình từ đầu thế kỷ 20, do giới chủ nhân xuất phát từ giai tầng thực dân thuộc địa người Pháp khai thác) dần trở nên nhờ nhờ xanh xao, phì bủng... Phần do tác động lâu dài từ hơi mủ, phần do khí hậu khắc nghiệt của vùng đất mới khai thác nổi tiếng về chứng sốt rét ác tính.

Trong đời sống khắc nghiệt này (đấy là chưa kể đến tình trạng chiến tranh sau những năm 60, năm Mặt trận giải phóng Miền Nam thành lập, mà vùng miền Đông Nam bộ là chiến khu R, căn cứ địa chiến lược của Trung ương Cục Miền Nam đảng cộng sản Hà Nội), đứa trẻ cũng có thể vắng mặt với lý do bất hạnh hơn - Chúng vừa bị tử thương do một nguyên nhân đã hóa nên bình thường - Bộ đội cộng sản pháo kích vào thôn, xã nơi chúng ở, hoặc trên đường đến lớp trẻ đã dẫm phải mìn, bẫy do du kích cộng sản gài đêm trước.

Từ tình cảnh xót xa như trên của học sinh mà bản thân cô đã trải qua cách đây không lâu, Bạch Lê thật lòng yêu thương những trẻ nhỏ của mình. Cô gọi chúng *"các em-các em của cô"* vô cùng yêu mến. Cũng bởi bản năng làm chị mà cô đã, đang lưu giữ, thực hiện cho đến hôm nay với năm người em mà chúng xem cô như một người mẹ thứ hai... *Chị Hai, Hai đâu rồi! Hai ơi!* Nhà cô luôn ấm áp thanh âm thân mến từ những người em, cho dù đấy là bốn thiếu nữ sắp, đang qua tuổi vị thành niên, và đứa em trai lên mười. Đám học sinh bắt chước những người em Bạch Lê, gọi cô với danh xưng giản dị thân thiết *"cô Hai"*.

Thường thường, sau tan học, những buổi cuối tuần, Bạch Lê cùng lớp học đi vào những khu vườn, rừng thưa chung quanh thị xã. Màu áo trắng của cô giáo và đám trẻ lộ rõ, len lỏi giữa khối xanh cây lá, thêm linh động với tiếng cười hoan hỉ và những câu chuyện nhỏ nhặt, câu hỏi ngây thơ... *"Cô Hai ơi, người Mỹ ở phi trường sao em hổng thấy họ ăn cơm như người mình? Khi nào cô Hai đi Sài Gòn nhớ cho em đi theo nhen!"*

Căn nhà còn là một sở thú thu nhỏ, bởi cha cô là một nghệ nhân tinh xảo, ông có thể chế biến những chiếc bẫy thích hợp cho bất cứ loại chim chóc, thú vật nào, từ chim hoàng yến kiêu kỳ, đài cát với tiếng hót lộng lẫy đến con kỳ đà cục nịch, nặng nề... Bắt được con vật, xong thuần hóa chúng thành một loại gia cầm, thú vật nuôi trong nhà và tập cho chúng chung sống với nhau trong mối hòa thuận mà ai trông thấy cũng phải kinh ngạc, thán phục.

Cố Đại Úy Việt (SĐ5BB)

Mùa Hè Đỏ Lửa

Bản thân Bạch Lê, cô cũng đã thuyết phục được con mèo xin từ một chị bạn (cô Phụng, mà sau những ngày đau thương của mùa Hè 72 này, cũng đã tử thương do đạn pháo cộng sản) trong ấp Sóc Gòn. Con mèo khó tính, hợm hĩnh, luôn cau có, hờn giận với bốn đứa con nó vừa sinh ra sau khi Bạch Lê mang về nhà - Ý con vật muốn được chìu đãi riêng từ người chủ do đàn con của nó mang lại.

Một hôm Bạch Lê nhặt được một ổ sóc sơ sinh ngoài vườn vì gió đánh bạt, rơi xuống đất. Cô mang chúng vào nhà, đặt chung cùng với ổ mèo... Thoạt đầu, mèo mẹ không chịu, gầm gừ từ chối lũ sóc con, một loài gậm nhấm như chuột, bọ, lũ cố thù của mèo. Bạch Lê giỗ giành... *Thôi mà cưng, gắng nuôi giùm lấy phước, nó cũng như con của cưng mà...* Cô nói với mèo mẹ, đồng thời đùn lũ sóc con (đang háu đói vì sóc mẹ không biết lạc ở đâu) vào lòng bụng mèo mẹ đang căng sữa. Cuối cùng, mèo mẹ thuận cho đàn sóc bú với thái độ miễn cưỡng qua tiếng gầm gừ nho nhỏ khó chịu.

Nhưng, tình thế không hẳn hoàn toàn thuận tiện, mỗi khi Bạch Lê bận chuyện phải vắng mặt, mèo mẹ lại đẩy bầy sóc ra ngoài với thái độ bực bội (cách thế tự nhiên của loài mèo, vốn ích kỷ, khó tính), Bạch Lê lại phải can thiệp với lời an ủi, khen ngợi, khuyến khích: *Đừng làm vậy cưng, coi, nó cũng như con mình mà...*

Cuối cùng điều kỳ lạ xẩy ra: Mèo mẹ chăm sóc, nuôi dưỡng bầy sóc cẩn thận như con đẻ của mình. Bọn học sinh nhỏ, khách người lớn đến chơi, trông thấy cảnh mèo mẹ đùa với đàn sóc đều trầm trồ thán phục: *Cô Hai hay quá! Cô Hai biết dạy mèo như gánh "xiệc".* Bạch Lê cười vui: *Vì tui tuổi con mèo mà.* Quả thật cô cũng không biết rằng, đấy là do khả năng thiên phú cho những người tốt bụng – Những người có khuynh hướng yêu trẻ con, thú vật, và chuyển lưu mối nhiệt thành thân ái đến cùng chúng. Trẻ con và thú vật (kể cả thú vật sẵn tánh hung dữ) rất nhạy cảm đối với phản ứng này.

Cảnh sống yên lành đầm ấm nơi căn nhà Ấp Thánh Mẫu (mà cư dân hầu hết là người Công Giáo sẵn có tinh thần, thái độ quyết liệt dứt khoát với phía cộng sản từ những kinh nghiệm thương đau của mỗi cá nhân, gia đình họ) bỗng dưng bị xé toang vào những ngày đầu tháng Tư, năm 1972. Phía Đồi Gió đường vào khu đồn điền Quản Lợi khói bay mù mịt, máy bay lên xuống vô hồi và những tiếng nổ rung rinh đến những ngôi nhà trong thị xã.

Người từ Lộc Ninh, quận cực Bắc của Bình Long, xã Thanh Lương đổ về tan tác, thương tâm. Những người sống gánh theo những người chết. Tiểu Khu Bình Long lập một vòng đai phòng thủ quanh thị xã với hệ thống mìn chống chiến xa, lựu đạn, chuẩn bị mất-còn với lực lượng cộng sản, phần lớn từ miền Bắc mới xâm nhập vào. Lực lượng lính miền Bắc dự chiến tại mặt trận An Lộc có yểm trợ tối đa của pháo binh, xe tăng, cùng niềm tin, *"xẻ dọc Trường Sơn đi cứu nước - vào Nam giải phóng đồng bào đang bị Mỹ-Ngụy kềm kẹp".* Mỗi lính bộ đội miền Bắc đều được cấp phát một bộ áo quần mới với tiêu lệnh riêng: *"Chỉ được xử dụng trong dịp diễn binh tại An Lộc để chào mừng phái đoàn chính phủ cách mạng của nhà nước Cộng Hòa Lâm Thời Miền Nam Việt Nam."*

Người dân An Lộc không biết tiêu lệnh *"hồ hởi, phấn khởi"* này, họ chỉ biết đào hầm xuống sâu hơn, trên lót bất kỳ vật dụng cứng cáp nào gia đình có được để tránh pháo - Pháo Việt cộng. Nhiều hơn những điều nguy nan gần kề kể trên, gia đình Bạch Lê còn có *"kinh nghiệm"* đau thương riêng trước đây ở ấp Phú Lạc, nơi cư ngụ đầu tiên kể từ ngày rời Trà Vinh đến Bình Long, năm 1959.

Ấp Phú Lạc cách trung tâm thị xã khoảng ba cây số hướng đi Lộc Ninh, bên cạch sân bay đồi Đồng Long, cửa ngõ phía Bắc An Lộc. Vì chiếm giữ một vị trí quan yếu như thế nên ấp thường xuyên là mục tiêu tấn công của tỉnh đội Bình Long, các đơn vị du kích địa phương, từ khi lực lượng vũ trang của Mặt trận giải phóng được tăng cường thêm vũ khí, nhân sự miền Bắc sau những năm 1963, 65. Dân cư Bình Long, An Lộc nói chung, và Phú Lạc nói riêng là đối tượng chịu sự khủng bố không nương tay của lực lượng gọi là *"bộ đội giải phóng"*, hay gọi tắt gọn, chính xác là Việt Cộng - Cộng sản Bắc Việt lẫn cộng sản Miền Nam.

Ông Cai Phán, trưởng ấp vốn là trùm Họ Đạo Phú Lạc nên cũng gọi là ông Trùm Phán, một lão ông tuổi quá 70 sống đời hướng thiện, tốt lành: Mến Chúa và Yêu Người. Những ngày trai trẻ khi còn làm cai đồn điền, Cai Phán đã là nguồn an ủi, che chở đối với lớp người khốn khổ cạo mủ khi bị chủ người Pháp áp bức. Bởi ông đã từng ra đi với họ từ miền Bắc hơn nửa thế kỷ trước; ông cùng họ chia sẻ Đức Tin về một Đấng Thiên Chúa qua cuộc sống hằng hằng lầm than, khổ đau.

Bảo, người con trưởng vào lính, chết trận, vợ Bảo đi làm sở Mỹ xong kết hôn với một Mỹ kiều, Cai Phán nhận đủ đau thương, im lặng chịu đựng cảnh huống nghiệt ngã một cách khắc kỷ, hai vợ chồng già nghèo khó cố nuôi đàn cháu gồm năm đứa trẻ chưa đủ lớn khôn.

Liên Đoàn 81 Biệt Kích Dù vào trận.

Năm 1965, lực lượng giải phóng cộng sản phát động đợt đồng khởi mùa khô tấn công các cơ sở, vị trí chiến lược Miền Nam, bắt đầu vùng rừng miền Đông Nam Bộ với Đồng Xoài, An Lộc, Lộc Ninh, dọc Đường 13, hướng về Bình Dương, Gia Định, Sài Gòn. Một đêm, Ấp Phú Lạc bị tràn ngập... Trong ánh lửa ngôi nhà bị đốt cháy, Cai Phán, lão ông bảy mươi hai tuổi bị kéo lê ra giữa sân ấp, trước nhà thờ họ Đạo, bà vợ gầy yếu, đầu tóc trắng rối rắm nằm lăn trên đất ôm chân chồng, chung quanh đàn cháu gào kêu, xin tha...

Mặc kệ! Đoàn người áo quần đen, cổ quấn khăn rằn đá tung đám trẻ, bà cụ già, đạp chân lên đầu Trùm Phán đọc những tội danh: *"Cai đồn điền, tức tiếp tay với thực dân Pháp bóc lột đồng bào, giai cấp công nhân; Trùm họ Đạo, tức là đại diện tôn giáo phản động chống đối cách mạng; và Trưởng Ấp, quả là bằng chứng làm tay sai Mỹ-Ngụy giết hại, đàn áp đồng bào, chống phá cách mạng! Chưa kể đến 'tội làm cha của một tên Ngụy ác ôn' có nợ máu với nhân dân, cho dẫu hắn ta đã đền tội ác!"*

Cai Phán, Trùm họ Đạo Phú Lạc bị bắn vỡ óc trước chứng kiến bắt buộc của dân chúng, và năm đứa cháu nội tuổi chưa đủ tuổi thành người, dẫu đứa lớn nhất; bà Trùm Phán, tuổi quá già không đủ sức chịu đựng, kích ngất khi nghe tiếng nổ trên thân thể người chồng.

Trong đêm đẫm máu kia, gia đình Bạch Lê cũng nằm vào danh sách đối tượng bị truy lùng. Sau khi hành hình Trùm Phán xong, đoàn người tiến vào nhà cô với tiếng thét: *"Bắt con mẹ y-tá Xinh... Bắt con y-tá..."* Bà Xinh (mẹ Bạch Lê) bị kéo lê như cách của Trùm Phán nhưng với *"phương tiện"* sẵn có - đầu tóc dài, dày của bà. Tên trưởng toán du kích tuyên đọc *"tội danh"*: *"Tên Hồ Thị Xinh là nhân viên y-tế ấp, tay sai Mỹ-Ngụy, giết hại, đầu độc đồng bào với những thứ thuốc có chất độc..."* Nhưng, bởi bộ đội cách mạng là, *"từ nhân dân mà ra, vì nhân dân chiến đấu"* nên luôn *"khoan hồng nhân đạo, tha tội cho kẻ biết ăn năn hối cải, tạo hoàn cảnh thuận tiện để cải tạo tiến bộ mà chuộc tội..."* Cuối cùng, để cảnh cáo, đám *"chiến sĩ giải phóng"* chỉ thị thu tất cả *"các thứ thuốc độc"* kia gồm ngàn viên Chloroquine, thuốc chống sốt rét cực mạnh do quân đội yểm trợ, và hết thảy bông, băng, dụng cụ y tế.

Riêng Bạch Lê thì bị cáo buộc, chung tờ tội trạng với bà mẹ: *"Lợi dụng cớ đi học, có hành vi sai trái với ý đồ xấu, tiếp xúc, liên lạc với bọn phản động ngụy quân - ngụy quyền để thông báo, tiết lộ bí mật hoạt động cơ sở cách mạng..."* Và ông Bỉnh, cha Bạch Lê mang chiếc máy thâu thanh *"Ấp Chiến Lược"* (vật đắt giá duy nhất của gia đình do cơ quan thông tin tiểu khu phát không cho những đồng bào trong ấp theo chiến dịch vận động quần chúng) chạy vọt dưới làn đạn, và tiếng hô tàn sát đuổi theo... *Tiêu diệt tên biệt kích Mỹ với điện đài gián điệp!*

Bạch Lê nương bóng tối, chạy nhanh qua khu vườn chuối của lô đất bên cạnh, nhà của tên Khánh, gã học sinh cùng lớp, lớn hơn cô ba tuổi, nhân vật chỉ điểm cho đội đặc công, lực lượng khủng bố, truy lùng, hành quyết người dân đêm ấy. Thật sự đây chỉ là biện pháp của Khánh muốn cưỡng ép cô theo hắn ta vào chiến khu.

Thế nên, mười lăm tuổi, Bạch Lê đã biết rõ thế nào là ý nghĩa, mục tiêu của cách mạng giải phóng, của những người gọi là bộ đội cộng sản. Từ kinh nghiệm của đêm đen đe dọa, chết chóc kể trên, gia đình Bạch Lê dời vào Ấp Thánh Mẫu, ấp cực tây của thị xã, cuối Đại Lộ Hoàng Hôn, Đường Trần Hưng Đạo - hướng mặt trời lặn với buổi chiều đến cùng mầu xanh tím khi khu rừng trước ấp dần chìm vào bóng tối của đêm.

Căn nhà của Bạch Lê được gọi là nơi *"Chân Trời Tím"* theo cảm quan lãng mạn của những người trẻ tuổi thân quen với gia đình. Những người hằng sống trong cảnh chết, vượt nỗi khổ chiến tranh, nơi An Lộc từ hơn mười năm qua. Nhà gồm năm chị em gái là nét sinh động trong sáng giữa đêm đen đe dọa, vây bủa ngặt nghèo đối với cộng đồng nhỏ bé, nơi vùng đất nguy biến. Bạch Lê là ánh sáng dẫn đầu, rực rỡ nhất.

Gia đình cô đã sống trọn một khoảng đời dài nơi hẻo lánh, nhỏ bé này, và cũng ở đây, họ dựng nên thành một thế giới hạnh phúc, với tấm lòng chơn chất đơn giản, tình nghĩa thương yêu. Bởi đã hiểu đủ nghĩa tân toan của cuộc sống, nên con người rất biết quý trọng những ngày tháng bình an. Những người em của Bạch Lê mang danh tính vùng đất nơi họ sinh ra, lớn lên: Ân Nghĩa Bình Long.

- Cô Hai và cả nhà phải đi thôi, vài hôm nữa thế nào cũng đánh nhau lớn. Hay nhất là về ở tạm dưới Chơn Thành (quận cực Nam của Bình Long, nằm trên đường 13, cách An Lộc khoảng 50 cây số), khi nào yên yên chúng tôi sẽ đưa trở về lại.

Đám sĩ quan trẻ gồm Trung úy Hưng (em Đại tá Nhật, Tỉnh Trưởng Bình Long), Thiếu úy Kha thuộc Ty An Ninh Quân Đội, đồng có ý kiến khuyến khích gia đình cô di tản bằng phương tiện trực thăng tỉnh đang đưa công chức, cố vấn dân sự Mỹ, và một số

Trung Tướng James F. Hollingsworth, người giúp An Lộc được giữ vững với vòng đai lửa B52

Mùa Hè Đỏ Lửa

thường dân ra khỏi vùng chiến trận.

Sở dĩ gia đình Bạch Lê được sự lưu ý nhiệt thành này là do những điều tốt lành như vừa kể trên, thêm bản thân cô dẫu đang tuổi hai mươi, nhưng với tư cách nghiêm chỉnh, đôn hậu, qua chức nghiệp giáo viên từ lâu đã gây mối cảm mến đối với tập thể dân cư thưa ít, nơi một vùng lửa đạn hung tàn. Cô là giáo viên khế ước độc nhất do Ty Học Chánh được tuyển dụng từ khi còn học Lớp 12 trường trung học tỉnh.

- Mấy "thầy" nói phải đa, cô Hai đi đi, tui ở nhà coi nhà cho cô và bà ngoại. Chú Chín Long, Trưởng Ấp Thánh Mẫu chồng cô giáo Cừ, bạn đồng nghiệp Bạch Lê thúc dục.

- Đi sao đành, nhà cửa vườn tược như thế này, rồi còn đàn gà này nữa, bỏ nó cho ai coi. Mà đâu đã đến nỗi gì, nhà đã đào cái hầm, có gì thì chui xuống cũng được. Đi xuống dưới Chơn Thành ở nhờ nhà ai bây giờ!?

Bạch Lê thoái thác trong lúc vãi lúa cho đàn gà gồm nhiều chủng loại, gà tre, gà nòi, gà sao, gà gổ, gà Tây, gà Úc... đang chạy quanh chân cô ríu rít, như muốn bày tỏ cách quyến luyến, gìn giữ. Tuy có lời mạnh mẽ cùng những người bạn, nhưng mỗi lần ông Hiển, Trưởng Ty Bưu Điện Bình Long chuyển cho cô điện tín của người cha đánh đi từ Sài Gòn (mà nay hiện đang ở Chơn Thành) thúc dục cô đưa gia đình di tản, Bạch Lê cũng có phần xao động, lo âu. Nhưng bản chất vốn cứng cỏi, cô dấu kín qua nét mặt tĩnh lặng.

Tuy nhiên, cũng đã nhiều lần, lòng cô chợt trùng xuống bởi mối băn khoăn... *Không hiểu tại sao lần ba đi Sài Gòn cuối cùng này mình lại chạy theo khóc xin ba ở lại, đừng đi? Có bao giờ mình khóc giữa đám đông đâu? Lúc mới mười-hai tuổi, mình còn* biết trốn chỗ ở nhờ của cô Ba dưới Trà Vinh, một mình, không có đồng bạc trong túi, trở về được Bình Long kia mà. Chẳng lẽ đây là "điểm xấu" báo trước cho sự không may?"

Nhưng Bạch Lê vẫn không bày tỏ điều u uẩn này, bởi nói ra cũng chỉ làm mẹ và các em thêm lo lắng, ích lợi gì. Bạch Lê cố gắng giữ sinh hoạt thường ngày không bị xáo trộn, thay đổi dưới gầm thét kinh hoàng của đạn lửa. Và cái chết hiện thực dần dà siết chặt. Tai họa đến mau chóng và hung tàn hơn lòng người có thể dự phòng, chịu đựng.

Từ đêm khuya rạng sáng sớm ngày 12 tháng Tư, pháo nổ dồn khắp thị trấn, xuống những vị trí mà cả nhà đã biết đấy là cửa ngõ đi vào thị xã: Hướng phía Bắc, phi trường Đồi Đồng Long, đường từ An Lộc về; hướng Đông, đường đi vào khu đồn điền Quản Lợi, có các ấp Sóc Gòn, Srók-tôn-cui, Đồi Gió... Nhưng cũng không hẳn thế, đạn pháo cũng tập trung vào những địa điểm quan trọng của thị xã, tòa hành chánh, bộ chỉ huy tiểu khu...

Sáu con người ngồi co ro trong chiếc hầm chật đào sâu xuống nền nhà trên có lớp bao cát và thân cây chuối, hai em Bình và Nghĩa ngồi sát vào Bạch Lê, lưng dựa vào tường đất ẩm; Hiệp và đứa em trai út, Long ngồi cạnh bà mẹ. Qua bóng tối lờ mờ, Bạch Lê cố phân biệt khuôn mặt của mỗi người thân, nhưng cô chỉ thấy chập choạng những tròng mắt loáng sáng... Má ngồi chỗ kia, con Nghĩa ở đó... Thật ra chỉ là cách an ủi, gây thêm lòng tự tin giữa nguy khốn vì còn được hiện diện của người thân bên cạnh.

Một loạt tiếng nổ xé trời âm âm như vỡ nứt tung toàn khối vật chất trên và dưới mặt đất... Đám người chồm sát vào nhau... Chết rồi, nhà mình bị rồi... Vệt ánh sáng lờ mờ đâu từ trên mái nhà hắt vào; Nghĩa, con gái thứ ba của gia đình, ngồi sát miệng hầm hơi nhớm người lên...

- Má ơi, Hai ơi, nhà mình bị sập cái mái rồi... mà con nghe tiếng khóc bên nhà thím Vỹ.

Bạch Lê lắng tai... Quả thật có tiếng khóc của rất nhiều người hỗn độn rấm rức, thương tâm...

- Con ơi, con ơi, má ơi, má! Thím Vỹ, mẹ của tám người con đặt tên theo cách đơn giản, chơn thật của người Nam (cũng là biểu lộ lòng chịu đựng trong mọi hoàn cảnh)... Trung, Hiếu, Ân, Nghĩa, Lễ, Phép. Mầu (thay chữ Mồ), và Côi (chỉ hai con út); người anh cả, Đại là cảnh sát viên của tỉnh. Và chính vì lý do *"có con là cảnh sát ác ôn Ngụy"* này, nên chú Vỹ, ông cai trường Tiểu Học Quản Lợi (ngày còn trẻ là công nhân cạo mủ cao su của đồn điền địa phương) đã bị *"toà án nhân dân"* xử tử hình trong đợt thanh trừng 1965 như trường hợp Trùm Phán vừa kể trên. Từ đấy, nhà thím Vỹ dọn vào Ấp Thánh Mẫu, hai gia đình trở nên thân cận cùng nhau qua bao năm - Cách gần gũi thân tình giữa những người cùng chung cảnh khổ. Hai gia đình cũng có những người con có tên trùng nhau: Ân, Nghĩa - Điều mà họ luôn trân trọng giữ gìn.

Trời mờ sáng, cùng lúc bớt pháo, Bạch Lê cùng em, Nghĩa bò lên khỏi hầm, rờ rẫm trên những đồ đạc lỗng chổng của căn nhà vừa bị đạn pháo, xong vạch hàng rào chui qua nhà thím Vỹ... Giữa bóng tối chập dầy mùi khói, đồ đạc tung toé, tan nát... những hình người lê lết, cử động trong vũng máu...

- Có ai còn sống không? Có ai bị gì không? Bạch Lê hỏi với hai hàm răng cắn chặt.

- Thím, thím đây con... thím bị thương... Không biết mấy đứa kia sao?

Từ Tháng 4 đến Tháng 6/1972, An Lộc chỉ được tiếp viện từ đường không.

Mùa Hè Đỏ Lửa

- Cô Hai, cô Hai... Tui đây, giúp giùm tui...

Bạch Lê nương theo tiếng nói quơ tay tìm tới những khối đen... Tay cô chạm phải những thân thể ấm nóng, có tiếng rên ư ử rên rĩ, có xác nằm im. Trời sáng để thấy rõ hơn cảnh tượng thương tâm, anh Trung (người anh thứ ba của gia đình) bị đạn xé tan từng phần nhỏ, bộ phận gan, ruột bị kéo ra ngoài do sức ép và mảnh trái pháo; không thể gọi đó là một cái xác của con người nhưng là một khối thịt, xương bầy nhầy hỗn độn.

Hiếu, người anh thứ hai nằm thiêm thiếp trong góc nhà, may thay anh chỉ bị hơi ép nên khi dần tỉnh, thấy ra xác em mình... Hiếu bò lại...

- Trung ơi... trời ơi, em ơi...

Thật ra chỉ là những tiếng khò khè đứt khoảng. Hiếu không còn sức để khóc. Bạch Lê lay tỉnh dần những người bị kích ngất, bảo Nghĩa chạy về lấy hết bông băng còn có ở nhà mình; cô bảo Lễ (cùng tuổi mười-bảy với em cô, Nghĩa):

- Con Phép bị nặng nhất, bây giờ em là đứa bị nhẹ, vậy xuống dưới bếp lấy than nhỏ đem lên đây cho Hai, kêu đứa nào phụ nấu nồi nước sôi...

Và đám người nằm, ngồi lây lất trên máu, đất, cát dần giúp nhau khâu vết thương với kim, chỉ đen may quần áo sau khi nhúng vào nồi nước sôi. Thuốc cầm máu là những cục than đen giã nhỏ. Sau này, những vết thương được chữa trị theo cách cùng khốn này đóng thẹo như một phép lạ, nhưng lớp thịt, da của Phép luôn giữ màu đen của than.

Xác người chết vùi lấp ở một góc sân trước nhà. Không ai còn sức để đào sâu hơn. Khi Bạch Lê trở về nhà thì trời đã qua trưa, đi ngang qua tủ kiến vỡ, cô nhìn vào, chỉ thấy cái khung đen của lớp gỗ. Chó Nết từ một nơi nào bò ra, con vật kêu tiếng mừng rỡ... Bạch Lê ngồi xuống ôm con vật đã sống cùng gia đình cô hơn mười năm. Riêng với cô, từ ngày nó cùng cô chỉ là những đứa trẻ, con chó nhỏ xoắn xít. Nay, chó Nết hình như hiểu thấu tình cảnh nguy nan, đưa đôi mắt mệt mỏi già nua nhìn chủ...

- Nết, mày đừng chạy đi đâu nghe, nghe pháo thì chui xuống dưới tủ. Bạch Lê chỉ cái tủ sụp vỡ, xiêu đổ, áo quần rơi la liệt.

Chó Nết chứng tỏ hiểu ý, liếm chậm rãi lên mu bàn tay cô chủ. Bạch Lê nhìn lên mái nhà trốc ngược, miếng tôn cong lên như mảnh giấy bị xé rách. Nhưng cảnh thảm thiết ở nhà thím Vỹ dẫu sao cũng chỉ xảy ra trong bóng tối. Hơn nữa, bóng tối còn có khả năng dấu bớt phần đau thương, thêm cho người mối an ủi được che dấu, lẩn trốn - lẩn trốn cái chết. Bạch Lê lại còn được phần *"hạnh phúc"* do căn nhà chỉ bị phá bung mái, nên dẫu sao vẫn còn là một ngôi nhà cho những người thân được chỗ trú ẩn với cảm giác bình an.

Hóa ra cô đã lầm lẫn trong dự kiến chịu đựng cùng cực này. Bốn ngày sau, ngày 16, sở dĩ Bạch Lê nhớ rõ những ngày tháng này vì hôm ấy cô vô tình nhặt được cuốn lịch, và ngày 16 là sinh nhật của cô hai tháng trước... *Mình chỉ mới hai mươi mốt tuổi hai tháng, mà sao quá sức như thế này!?* Cô có ý nghĩ tự thương thân. Ngày này pháo hơi thưa, lại chỉ bắn vào những mục tiêu quân sự, Bạch Lê ra đứng trước hiên nhà nhìn ra khu rừng... Hướng *"chân trời tím"* của mỗi buổi chiều *"ngày xưa"*... *Bạn bè không biết đứa nào còn, đứa nào mất? Rồi mấy đứa nhỏ nữa?*

Cô không dám nghĩ gì thêm, nhìn ra khu vườn

tan hoang tơi tả, tất cả chim đã bay đâu mất tăm, những chiếc lồng trống trơn, méo mó, gãy vụn; xác gà nằm la liệt, những cụm, túm lông rây rây máu; đàn mèo, sóc, chồn... tất cả đồng biến dạng. Cô thấy nặng trong ngực... Chúng nó không là gia súc, thú vật nhưng là cuộc sống, tình thương, lòng yêu đời trung hậu vừa mất đi của chính bản thân cô. Là máu thịt với con người.

Khi cô đang nghĩ điều này thì chó Nết ở đâu chạy đến quấn quýt quanh chân, ngước đôi mắt tuy mờ đục nhưng lấp lánh nét trung hậu của con vật khôn ngoan. Cô vừa định ngồi xuống để vỗ về Nết, thì con vật như bị điều gì thúc đẩy, bỗng tháo chạy gầm gừ, gào rít, và băng mình ra hiên nhà, hướng hàng rào phòng thủ mà lính tiểu khu đã gài chặt từ tuần trước...

- Nết, Nết... đi vào, vào!! Bạch Lê cuống quýt, cô chạy ra hàng hiên... Bên kia cánh rừng hoàng hôn đã phủ xuống màu xanh của buổi chiều u uất...

- Nết, đi vào... vào... Chết mất, chết mất con ơi...

Từ phía Bắc, hướng sân bay Đồng Long một đoàn người đông đảo nháo nhác xô đẩy, vừa chạy vừa kêu gào thất thanh...

- Cứu! Cứu giùm trời ơi!

Bởi pháo bắt đầu dội xuống (hình như có người chỉ điểm đang ở đâu đó). Pháo rơi chính xác vào giữa đoàn người dồn đống. Khói bốc lên từ lớp lớp thân người ngã xuống, xé banh. Một xe nhà binh chở đầy lính len ra khỏi đoàn người hướng lên con đường hàng rào phòng thủ quanh thị xã...

- Trời ơi là trời! Bạch Lê bật kêu lớn...

- Trời ơi! Ai kêu giùm... Ai kêu giùm! Ai kêu giùm!

Thầy Hiệu trưởng và các thầy cô khác, với Lớp Đệ Tam, THBL 1963

Lớp Đệ Tam TH Bình Long 1963

Cảnh thanh bình của Trường Trung Học Bình Long
trước chiến tranh.

Bà mẹ và những người em từ trong nhà vọt ra cùng những người lính quen vừa đến đưa cho khẩu phần lương thực tiểu khu phát cho dân. Đoàn người và chiếc xe như một đàn ong vừa bị hung đốt, họ vội bỏ con lối chính (đường Ngô Quyền) tản ra hai bên lộ. Chiếc xe hướng về ấp Thánh Mẫu thay vì chạy về ngã Bộ Chỉ Huy Tiểu Khu. Bạch Lê và những người ở hiên nhà kêu hết sức lực, đồng thời dùng khăn, áo, mảnh vãi có được hô vẫy, ra hiệu...

- Đừng chạy tới! Đừng chạy, ngừng lại, trời trời là trời...

Nhưng chiếc xe dưới đe dọa của loạt đạn pháo như con vật tuyệt vọng gầm rú tìm đường thoát hiểm... Đầu mũi xe chạm vào ranh hàng rào phòng thủ. Trái mìn chống chiến xa nổ bùng dâng lên cột đất, đá, khói, bụi và ánh lửa. Sức nổ đẩy mạnh thân xe và những hình người bốc dựng theo lên với những lưỡi lửa... Những chấm đen rơi rụng tơi tả trong ráng nắng chiều chuyển màu tím. Không phải màu của cánh hoa bèo, hoa sim nhưng màu tím sậm của máu người khô đọng.

Tiếng nổ đồng thời rung động giải lựu đạn gài dọc hàng rào. Tất cả đồng nổ bùng... Thân chó Nết tung cao vật vã. Con vật cố lết vào dưới tròng mắt đứng cứng của chủ, đoạn ruột kéo lê do nửa phần thân sau vỡ toang, hai chân nát ngấu... *Nết ơi!* Trong thoáng ngắn Bạch Lê biết rõ - Cô không chỉ khóc vì con vật. Cái chết của chó Nết báo hiệu về tai họa đang gần kề cụ thể - Khi thủy thủ đoàn của chiếc tàu ngầm biết dưỡng khí đang cạn kiệt...

- Chết em rồi Hai ơi! Bình chỉ kịp kêu tiếng ngắn, hất tung chiếc gàu đang cầm tay, ngã gục lên ngang thành giếng.

Đứa bé gái mười hai tuổi rung bần bật vì nỗi khiếp sợ khi nhìn xuống thân... Máu chảy từng vòi, từng đường, phùn phụt, tung toé, đầm đìa. Đang cúi trên bếp lửa, Bạch Lê phóng chạy ra vườn với đôi chân đã thành một lực đẩy cực nhanh. Cô chụp kịp được đứa em trước khi ngã gục trên đất...

- Hai! Hai! Em bị phải không Hai, em chết không Hai, đừng để em chết nghe Hai... Đứa em nói líu nhíu trong cơn mê hoảng...

- Không, không, cưng không việc gì hết... Má, má, má và Nghĩa, Hiệp đâu, kêu thằng Long xuống hầm. Đem má xuống hầm...

Thêm quả đạn rơi xuống phá tung mặt hiên nhà, phần còn lại của chiếc mái đỗ sụp.

- Lấy tấm ra giường xé cho chị mấy miếng, Nghĩa chạy ra vườn bứt hết lá "sống đời" đem vào đây... Má đừng khóc. Hiệp biểu thằng Long ngồi im... Không việc gì phải khóc. Không khóc. Ngồi im.

Bạch Lê bình tĩnh ra lệnh từng người. Cô vốn nói nhanh, nay tốc độ phát âm lại tăng thêm gấp bội, nhưng âm tiếng rõ ràng, chính xác...

- Nằm im, có Hai với cưng đây... Hai ở với em... Cô trở lại với đứa em trong tay. Đứa bé gái không còn kêu la, nhìn chị thảng thốt, cầu cứu, tin cậy, rên nhỏ, run rẩy...

- Em không chết hả Hai?

- Không, cưng không việc chi cả, bị sơ sơ thôi mà...

Bạch Lê vuốt chất nhờn lấm đầy bụng đứa em màu nâu đen, ươn ướt... Cô run run kéo vạt áo trước bụng...

- Em có đau không, cái gì đây? Cô không rõ phần

ruột tấy máu hay một thứ, loại gì của cơ thể đứa em đang nhầy đầy bàn tay. Bình nhìn xuống tay chị...

- Mận đó, mận em hái ngoài vườn vừa rồi...

Bạch Lê thở hơi yên tâm, cô không dám nói ý nghĩ vừa có với em, *"Nó mà bị lủng ruột như vầy thì chỉ có chết"*...

- Nghĩa đâu, xé miếng ra được chưa?

- Đây, đây, lá "sống đời" đây Hai.

Cô bỏ vào miệng nhai ngấu nắm lá...

- Có thuốc rồi, có thuốc rồi, cưng đừng sợ nhen. Hai lo cho cưng mà.

Đứa bé gái nói nhỏ...

- Hai bịt thuốc cho em hả Hai?

- Ừa... ừ... Cô nhìn phần trái thân thể đứa em, vai, hông, đùi tất cả sâm sấp máu; lòng se thắt... *"Tội con nhỏ quá, không biết cánh tay nó có còn được không?"* Khi tất cả mọi người đã vào lại hầm, Bạch Lê nói quyết liệt:

- Chỉ kẹt quá mới ra khỏi hầm thôi... đái, ỉa gì cũng trên miệng hầm để mà nhảy vào lại. Chỉ mình con Bình thôi cũng đủ khổ rồi...

- Cô Hai! Cô ơi, cô... em đây... cô ở đâu, cô Hai...

Có tiếng gọi thất thanh từ đầu ngõ, chen giữa âm vang tiếng nổ...

- Cô ơi... cô... Tiếng gọi nghẹn lại có lẻ vì hơi khói, bụi...

- Thằng nhỏ Trung, thằng Trung, Nghĩa chạy lên kêu em nó xuống đây...

Thằng bé được đun nhanh vào hầm, nó nói giữa tiếng run...

Trường Trung Học Bình Long dưới đạn pháo cộng sản (Tháng 4/1972)

- Cô, cô đi đi cô ơi... nó pháo chết hết... Làm sao mà em lên đây?! Bạch Lê hỏi dồn...

- Con... em, em thấy nó pháo chỗ nhà cô, em chạy xe dưới trường mình lên... Cô đi đi cô ơi, xuống dưới chỗ trường mình (Trường ở ấp Phú Đức, Đông-Nam thị xã).

- Trời đất! Bạch Lê kêu tiếng thảng thốt; cô vừa chạm vào người đứa học trò. Thân đứa bé nhơm nhớp, trơn dính đầy đất cát.

- Sao, sao không áo quần gì vậy nè? Cô hỏi gấp.

- Em đang núp trong hầm, nghe mấy chú lính dưới đó nói ấp nhà cô bị pháo, em dọt chạy lên đây, giữa đường... giữa đường, ủi xuống hố mấy lần... Đi đi nghe cô...

- Trời ơi, Trung em!! Bạch Lê quơ tay ôm đầu đứa nhỏ, cô cảm thấy vành tai thằng bé chạm vào ngực... (Nhỏ này nó có cái tai dài như tai Phật mà mình cứ nhéo đau mỗi khi nó nghịch phá... Đâu ngờ đứa học trò ngỗ nghịch nhất lớp lại là đứa chung thủy thế này?!)

- Bây giờ, em ở đây với cô, mai, mốt, đợi khi nào bớt pháo, chị Bình đỡ đỡ, bớt đau, cô đi với em về dưới trường.

- Không được, em phải về, má nói lên biểu cô xong là phải về liền... Trên này bị pháo nhiều hơn dưới đó.

Bạch Lê ôm đầu thằng nhỏ sát ngực, tóc nó gây nồng mùi khói, hơi thuốc súng, và đất khô; cô kìm giữ rúng động, nói tiếng đứt khoảng:

- Em... về cẩn thận nghe... Có gì là cô ân hận lắm... nghe Trung, em...

- Em chạy xe lẹ lắm, cô đừng lo.

Thằng bé bò ra khỏi hầm...

- Thưa ngoại, thưa cô... em đi nghe mấy chị.

Bạch Lê muốn theo đứa học trò ra khỏi hầm, nhưng thật sự cô không còn chút nhỏ sức lực. Đứa em trên tay thiêm thiếp rên.

- Nhớ cẩn thận nghe Trung, mai cô xuống nghe. Cầu lạy Chúa xin che chở cho học trò con... Nó mà bị chuyện gì thì không biết làm sao?

Bạch Lê không biết mình đã nói ra lời, khấn thầm hay chỉ là ý nghĩ mờ nhạt.

- Em xuống dưới đó nghe cô Hai. Trung gắng nói với lời chào với cô giáo của nó, lời thằng bé bị lấp bởi ì ầm tiếng nổ gần, xa.

Bốn ngày sau khi bé Bình bị thương, phần vai, đùi trái chảy lớp nước vàng, đóng khô cứng trên vết thương sưng tấy, cô bé thiêm thiếp trong cơn sốt cao độ. Bạch Lê bảo Nghĩa qua gọi anh Hiếu và cô Phép bên nhà thím Vỹ để có quyết định:

- Nói với bà con còn lại trong ấp phải dời khỏi ngay đây, vì ấp đã là mục tiêu đạn pháo. Việt cộng cố ý bắn vào ấp để trả thù thái độ chống cộng từ lâu.

Hai gia đình và chòm xóm đều đồng ý, và dự định đợi ngày thưa pháo rồi đi. Trước khi đi thì gọi để cùng có nhau, bớt phần sợ hãi.

Bạch Lê kéo chiếc xe Honda Dame 50 phân khối từ sau chiếc tủ và bức tường ngăn giữa nhà ngang và căn bếp, cô đạp thử máy... Tiếng máy nổ như một phép lạ. Cả gia đình nhìn trân vào chiếc xe tưởng như một ân huệ, hy vọng giải cứu cuối cùng. Bạch Lê phân công:

- Bây giờ Hai chạy xe, Nghĩa ngồi sau giữ em Bình, Long ngồi trước. Hiệp với má đi bộ sau, chạy tới chỗ bệnh viện thì thả Bình và Nghĩa xuống, Hai trở lui đón má và Hiệp... Gắng đi xuống tới dưới trường (ấp Phú Đức) là coi như thoát được cái nạn pháo này.

Sáng ngày 28 tháng 4, toán dân khoảng ba mươi người rời khỏi ấp thấp thỏm, với những dạng hình vá víu, co quắp bởi gia đình nào cũng có người bị thương phải mang vác, khiêng cáng theo. Đoàn người tơi tả di chuyển không tiếng động giữa những đường phố đổ nát vương vãi xác người, thú vật cháy nám, hiện thực cảnh địa ngục của một chốn trần thế bị cất bỏ ân huệ do một định mệnh độc ác vô lường... An Lộc, Bình Long- Những tên gọi nay đã trở nên đắng cay mai mỉa.

Nhưng gia đình Bạch Lê sau khi băng ngang Công Viên Tao Phùng, tới trước cổng bệnh viện thì xẩy ra sự việc không dự định... Bà mẹ bỗng bỏ đoàn người (dự tính đi xuống ấp Phú Đức) chạy thẳng vào Đường Cách Mạng, con đường nhỏ ngăn đôi bệnh viện và Trường Trung Học Bình Long. Bạch Lê và những đứa em đồng la lớn...

- Má, má trở lại, chỗ đó toàn nhà của lính với toà hành chánh... Nó pháo chết má ơi!

- Mấy đứa đợi đó, má vào chỗ chú Thưởng coi ra sao? Bà mẹ chạy vụt đi.

-Không được má ơi, đây là nơi nó pháo nhiều nhất mà má! Coi kìa...má, má...

Nhưng bà mẹ đã khuất sau những bức tường đổ sập. Năm chị em đứng trơ vơ giữa đường phố hoang tàn như những hồn ma người chết oan khuất hiện hình về một nơi vừa bị cơn địa chấn cực mạnh đi qua. Chung quanh có cách im lặng của một vùng núi lửa sau lần bùng nổ, tàn phá. Đoàn người Ấp Thánh Mẫu đã khuất sau dẫy trường học, năm chị em đứng

Người lính cầu nguyện dưới chân tượng Chúa Kito Vua, Bình Long, An Lộc (1972)

trơ trọi giữa cảnh chết của An Lộc. Hơi đạn khói và mùi người chết gây gây.

- Không còn ai hết hả Hai? Một người em hỏi nhỏ, Bạch Lê không lời đáp lại.

Khi theo mẹ vào nhà ông Thưởng, Bạch Lê có cảm giác nặng lòng dẫu người người đã trú trong căn nhà đồng lòng thúc dục...

- Cô Hai đưa mấy em vào đi, nhà có hầm chắc lắm, lại đông người đỡ sợ, có nhau lúc hoạn nạn, chạy qua bên bệnh viện cũng gần để chữa trị cho em Bình luôn.

Quý, người lính em ông Thưởng nói lên điều hợp lý cuối cùng. Tuy nhiên cô vẫn thấy có điều băn khoăn khác khỏi khi bước vào khoảng sân, chui xuống căn hầm đã đầy cứng người của hai gia đình; gia đình ông Thưởng, và của anh Nhã, chị Mùi với hai đứa con gái; chị Mùi đang mang thai gần ngày sinh, chiếc bụng căng cứng dưới áo bà ba.

Ngày 9 tháng 5 hoàn tất một điều kinh sợ mà Bạch Lê hằng tưởng ra một cách cụ thể dẫu không nói nên lời.

Trước ngày gớm ghê kể trên, Kha, thiếu úy ở Ty An Ninh Quân Đội Bình Long, người bạn lâu năm của gia đình ngỏ lời với Bạch Lê khi cô đứng nhìn về phía Ấp Thánh Mẫu khuất sau những dãy nhà sập vỡ, chìm chìm trong màn khói dày đặc...

- Chị Hai gắng nghe, yên yên thì mình về làm lại mấy hồi.

Bạch Lê giữ vẻ bình thản:

- Ai cũng bị chớ đâu riêng mình, tôi chỉ buồn cho bên nhà thím Vỹ, lo thằng Trung, học trò tôi không biết từ ngày đó tới nay có hề chi không? Cánh tay con Bình, em nó mới mười hai tuổi, lớn lên với sẹo cùng mình như vậy chịu sao thấu... Mà không biết có còn gì nữa không?

Thật ra cô muốn nói lời oán hờn về cái chết nhưng cố ý kìm giữa lại. Cái chết của người, của thú, của chó Nết khi hấp hối nhìn cô trối trăn... Vật cũng biết đau thương chứ đâu riêng con người. Mắt cô ráo khô khi nói chuyện với Kha.

- Em định hỏi chị Hai nếu thích thì em nói với đại úy Long, trưởng ty mà cũng là anh của em cho gia đình chị vô hầm nhà ông; ở đó lính em đào cho ông cái hầm chịu bom cũng được chớ không phải là pháo. Nhà chị Hai vô đó thì chắc chắn hơn ở chỗ chú Thưởng này.

- Gia đình ông Long hay còn có ai? Bạch Lê không mấy nôn nóng dọn đến.

- Ông ở một mình thôi, gia đình đã dọn về Sài Gòn, nên cho thêm nhà bà Hoa Lê, chủ tiệm uốn tóc ngoài phố ở nhờ nữa...

- Nếu gia đình chị qua ở thì nhà bà đó đi đâu?

- Thì bà ta về lại ngoài phố, dưới Chợ Mới.

- Vậy đâu được, lỡ người ta đi ra bị pháo thì mình ân hận em ạ.

Bạch Lê chối từ, cô hiểu điều nguy khốn không từ một ai. Nhưng tất cả dự định, chuẩn bị, đề phòng của người dân đã trở nên vô ích, bởi họ không biết được rằng, bộ chỉ huy cộng sản mặt trận miền Đông Nam Bộ đã quyết định dứt điểm mục tiêu thị xã sau hai lần thất bại 12 và 16 tháng Tư vừa qua. Thế nên khi những con người khốn khổ trú ngụ trong căn hầm nhà ông Thưởng bò ra để nấu bữa cơm trưa ngày 9 thì hẳn họ không hề biết được rằng đấy là những giờ phút cuối cùng, báo hiệu bởi loạt đạn pháo 130 ly cùng lần rơi xuống khắp nơi, cơ sở quân sự hay vị trí nhà dân...

Căn nhà vỡ tung như một chiếc hộp giấy bị xé rách, lửa bốc lên từ bất cứ khối, loại vật chất nào dẫn lửa hay không... Nghĩa, người em thứ ba, cô thiếu nữ mười bảy tuổi ngã vật xuống nền đất khi đang ăn miếng cơm cuối cùng; Kha nằm sấp người ngang chéo bên thây Nghĩa do vừa giành giúp Bạch Lê rửa chén, bát sau bữa ăn. Trong đám bụi khói bốc dầy, nhỏ Hiệp (sinh 1957) bò lê hoảng loạn...

- Má ơi... Hai ơi!

Cô bé thả tay mặt, cánh tay trái đong đưa rời rã như cành cây gãy. Bạch Lê từ nhà trong chạy băng qua lửa, khói trở ra sân sau... Chị Mùi và hai đứa con quằn người trong vũng máu, một lúc sau, hai đứa bé nằm im, nhưng thân thể người đàn bà mang thai tiếp tục oằn lên từng chập... Cái thai trong bụng người mẹ hấp hối vùng vằng kiếm đường thoát ra để sống.

-... Má, má... Long, Hiệp chạy lại xuống hầm, anh Quý đâu... Anh Quý giúp tôi một tay!

Bạch Lê nói đứt khoảng vì khói, bụi, hơi lửa thốc vào mũi, họng. Cô cúi xuống trên em Hiệp trước, mắt cô gái mở trừng trừng, ổ mắt phải lồi ra, nhưng thân thể nguyên vẹn không sây sát. Bạch Lê luồn tay, sờ khắp người của Hiệp, cô không thấy vết máu, nhưng da dần bầm tím; Kha cũng tình trạng tương tự, hơi thở anh nặng nhọc, ngúc ngắc, lưng áo anh có những lỗ thủng... Với một cách bình tĩnh kỳ lạ, Bạch Lê đẩy vội chiếc Honda ra, nói như ra lệnh với Quý giờ này vừa hoàn hồn sau cú nổ:

- Bây giờ anh chạy xe hay tôi chạy xe, nhưng

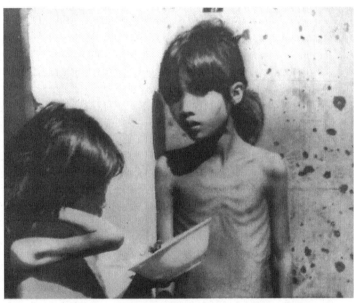

Hai bé gái không mảnh vải che thân, đói khát và sợ hãi, đang chờ được phát thức ăn. Các em may mắn sống sót sau 71 ngày Cộng quân pháo kích và bao vây An Lộc.

thôi, anh đàn ông mạnh tay, tôi ngồi sau giữ người bị thương; cho con Nghĩa đi trước, sau đến Kha, rồi nhỏ Hiệp em tôi, và chót hết là chị Mùi, nếu chị còn sống...

Và dưới đạn pháo nổ dồn, qua màn khói, lửa dậy, băng trên những gò đống xác thây người, thú vật, đồ đạc vương vải... Quý và Bạch Lê từng chuyến đưa mỗi người bị nạn vào Bệnh Viện Bình Long đang vang dậy tiếng rên la của hàng ngàn người lê lết, quay quắt trên, trong vũng máu. Người chết, người sắp chết, đang còn sống nằm chồng lên nhau trên sàn nhà sênh sếnh màu đỏ bầm.

Người lính quân y ra hiệu cho Bạch Lê nhìn lên chai nước biển đang chuyền vào mạch máu Nghĩa: Mực nước đã đóng cứng bất động. Từ khi bị thương đến lúc chết, Nghĩa luôn mê man, cô không nói được tiếng ngắn cùng người thân. Bạch Lê nhìn xuống xác em, cô gái mười bảy tuổi nằm thiêm thiếp như ngủ say, thân thể liền lặng ấm nồng sức sống, mái tóc đen mun xõa dài trên vai linh động, mềm mại. Nghĩa chết chỉ do một mảnh đạn cực nhỏ bằng nửa hạt gạo phá sâu trên ổ mắt.

Bạch Lê quay qua Kha, giờ này đã tỉnh, nhưng ánh mắt bắt đầu lạc lõng, ngây dại...

- Chị Hai, em... có...

Bạch Lê cúi xuống thấp hơn cố nghe những lời cuối...

- Chị Hai... vợ em ở... cầu Phan Thanh Giản, nó bầu... ba tháng, ở với... ông, bà già em... Trong ví có hình, địa chỉ... Hai đem về cho... em cám ơn, Hai... đồng hồ cho thằng Long, trên... chỗ hầm ông Thưởng có ba... ba lô... co... ó nhiều thứ... cho Hai.

Bạch Lê xoay người lại phía em Hiệp đang nằm thiếp thiếp trên đất, nhịp thở làm phì phọp những bọt máu ở ba vết thương cạnh sườn... Cô dùng những sợi chỉ này cột hết *"ven"* máu cho cô em, cứu được chừng nào hay chừng nấy. Người y tá chỉ xuống cánh tay gần như dứt lìa của Hiệp.

- Hay cắt luôn cho em nó khỏi đau... Bạch Lê đề nghị.

Vô ích, có gì để cho em nó được toàn thân. Bạch Lê ngồi buộc lại từng sợi gân máu cho em lòng trống không, mắt khô rốc, hai bàn tay dầm dề đỏ tươi, áo quần, mặt, tóc, bê bết máu. Không biết máu của những ai. Nhưng cô vẫn còn nhớ một điều:

- Thưa bác sĩ, bên nhà còn có chị Mùi, chị có bầu sắp đẻ, giờ này chắc chị đã chết, nhưng tôi thấy cái bụng còn thở phập phồng, vậy mình cứu đứa nhỏ được không bác sĩ?

Bác sĩ Tâm cố mở lớn đôi mắt đỏ ngầu, mệt nhọc:

- Cô nuôi nó được không, rồi tôi mới cứu...

Ông nhìn quanh những thây, xác ngổn ngang, và bàn tay lấm máu của mình.

Nửa đêm 9 rạng 10 tháng 5, toàn thể đạn pháo cộng sản mặt trận An Lộc đồng đổ xuống một điểm duy nhất: Bệnh Viện Bình Long - Bởi phía cộng sản đã ước tính và ước tính đúng: Ban ngày pháo kích nhiều vị trí, nhưng đến đêm, dồn lại một vị trí: Bệnh viện - nơi người ta tập trung thương, bệnh nhân, bệnh binh trong ngày vừa bị nạn.

Bạch Lê ngồi bên em đếm từng viên đạn rơi xuống đục tung mái bệnh viện, phá toang những căn phòng, lật đổ mỗi chiếc giường, ném tung thây người từng chập, từng hồi, vật vã tan hoang... Những con người hấp hối được dựng dậy để chứng kiến, nhận lãnh thêm lần chết thứ hai, lần chết thứ ba của người bên cạnh, của chính bản thân...

- Hai, Hai... pháo dữ quá, chết hết... Hai chạy đi, kiếm cái hầm... chui vô hầm.

Đột nhiên, Hiệp hóa nên tỉnh táo (phần tỉnh táo cuối cùng của người trước khi chết).

- Không, chị không bỏ em, chết thì chết chung... Hai không bỏ em.

Bạch Lê nói tỉnh dẫu thật lòng tan nát, hoãng kinh. Lửa! Lửa! Lửa! Lửa dậy lên từng chập soi xuống tròng mắt những con người - Người chết và người đang, sắp chết. Hiệp trở lại đề nghị, khôn ngoan, dứt khoát...

- Hai phải sống, đem má và con Bình, thằng Long về gặp Ba. Hai chạy đi, kệ em... Hai chạy đi... kiếm cái hầm...

Mắt kẻ hấp hối long lanh sáng dưới lửa của cái chết có thật.

- Chị Hai! Kha bỗng nhiên ngồi dậy như quỷ nhập tràng. Mà thật đúng là một xác chết vừa được phút hồi dương ngắn ngủi do tấc lòng quá đỗi đau thương, uất hờn muốn nói điều u uẩn. Bạch Lê bò vào căn hầm y tá mà cô biết có cái hầm chìm... Cô chui vào, chồng lên những hình người lèn chặt!!

- Không được, không được, chật lắm rồi, không còn chỗ... chui ra, chui ra...

Mặc, cô chịu đựng những lôi, kéo, đấm đá, có kẻ nắm đầu tóc cô giật mạnh... Đạn pháo nổ dồn dập không dứt khoảng. Bóng tối kín bưng. Khói, bụi, hơi thuốc đạn nồng đặc. Bạch Lê lên chặt thân thể mình

Tại An Lộc (1972), tất cả đều bị phá hủy, chỉ còn lại lời cầu nguyện dâng lên Thiên Chúc.

Mùa Hè Đỏ Lửa

giữa những thân người. Hẳn chỉ là những đàn ông. Một trái đạn nổ ngay đâu trên mái căn phòng. Lửa bùng vào sát mặt. Bóng tối dày thêm âm âm...

Sau một thời gian dài tưởng như thăm thẳm, Bạch Lê tỉnh dần lại, cô cào bới những hình người chung quanh với một sức mạnh không hề có... Cô nghe ra mùi máu, mùi người chết tanh tanh. Bạch Lê biết mình đã ra lại hành lang bệnh viện, cạnh nhà xác. Nương ánh đạn pháo, cô cất mình chạy càn lên những thân người. Người còn rên la tức là kẻ sống. người nằm im hẳn đã chết. Dưới đạn pháo, trên thây người, dẫm bãi máu, cô chạy như chưa bao giờ chạy nhanh hơn.

Bạch Lê chạy khỏi vùng bệnh viện, băng qua đường Ngô Quyền, vào khu công chánh mặt hướng phía Đường Lê Lợi, nơi tương đối thưa pháo nổ. Có ánh đèn leo lét trong một ngôi nhà vừa thoáng thấy, Bạch Lê chạy đến...

- Bà con cho tôi vô với!

Tiếng đàn ông gắt gỏng:

- Không được, chật lắm, không còn chỗ.

Cô khẩn khoản:

Tội tôi mà chú, hai đứa em tôi vừa chết, tôi còn bà má với hai đứa nữa phải lo... Chú làm phúc!

Giọng người đàn bà ái ngại...

- Cô là ai, mà sao người đầy cả máu vậy, cô có bị thương không?

- Dạ tôi ở Ấp Thánh Mẫu, vừa trong bệnh viện chạy ra. Em tôi chết hai đứa trong đó, tôi dạy học dưới Phú Đức. Tôi không bị thương, đây là máu em tôi...

Bạch Lê nhào vào hầm trước khi người đàn bà

vội vã...

- Vào đi... vào đi... cô.

Sáng ngày 10, với hai bàn chân trần, Bạch Lê dẫm lên đất lửa sôi bỏng mảnh gang thép, bầy nhầy thịt, xương người lâm nạn tối hôm qua, trở lại bệnh viện, đi qua hành lang đã biến thành một dãy nhà ngổn ngang xác chết - Đống thây người chết không còn một xác nguyên vẹn nếu nói đúng hơn. Đến chỗ căn phòng y tá (nơi có chiếc hầm chìm bị pháo) khi đang loay hoay bới đống xác chết để tìm thây Nghĩa, Hiệp. Một người lính quân y hỏi nhỏ:

- Cô có phải là cô gì Bạch phải không?

- Vâng, tôi là Bạch Lê, nhưng mấy em tôi quen gọi là chị Hai thôi.

- Hèn gì người em cô đêm pháo kích vừa rồi cứ kêu tên cô mãi... Kêu cho đến khi chết vì bị thương thêm hai, ba lần nữa.

Bạch Lê kéo xác hai em ra hành lang bệnh viện, xác Kha tìm không thấy, mà thật sự cô cũng quá kiệt lực để tìm xác bạn. Cô nói cùng những người lính quân y:

- Các anh cho tôi *"gởi"* hai em tôi nằm đây, tôi chạy về lo bà má và hai đứa kia, xong rồi tôi trở lại ngay.

Bạch Lê, người mẹ, và hai đứa em còn lại đến ấp Phú Đức (nơi có ngôi trường cô dạy học nay biến thành trại tỵ nạn) lúc buổi chiều ngày 10.

Sáng 11, cô trở lại bệnh viện để chôn hai em với sự giúp đỡ của Nhật (bạn của Nghĩa, em cô), và Lễ, anh của Nhật. Đoàn người đi chôn xác có thêm một người không ngờ trước: Đấy là người còn lại độc nhất của anh em nhà Hiếu, Nghĩa, hai gã trai nghịch ngợm cùng Bạch Lê chơi đùa, ấu đả, từ thuở thơ ấu, nơi vùng đất này, lúc cả bọn chưa tới tuổi lên mười.

Hiếu, Nghĩa không bao giờ học quá lớp Nhì, không hề lên lớp Nhất (lớp 5) cho đến ngày cả hai đăng lính. Nghĩa đã tử trận đâu những năm trước, Hiếu bị thương nay chỉ còn một tay. Họ vẫn giữ xưng hô *"mầy, tao"* cho đến hôm nay.

Sáng nay, lần đầu tiên sau hơn mười mấy năm quen biết, Hiếu nghiêm trang nói cùng bạn:

- Hai cho tui đi chôn hai em Nghĩa, Hiệp với, tui biết mấy nhỏ bấy lâu mà.

Hẳn nỗi đau thương đã biến dạng Bạch Lê nên thành một người khác. Hiếu nhìn cô như một người lạ. Một người rất lớn - Người tồn tại, vượt thắng cảnh Chết. Khi chôn xong hai em trong khuôn viên bệnh viện, bên cạnh cây thông để làm dấu sau này khi trở về tìm, Bạch Lê nhận ra xác của Kha khi lính quân y vất lên xe dự trù mang ra chôn vào hố tập thể nơi sân trường Trung Học Bình Long. Cô khẩn khoản:

- Các anh cho tôi nhận xác chú Kha, để chôn gần chỗ em tôi cho có bạn; sau này tôi cũng dễ báo cho nhà chú ấy biết.

Khi đi qua trường học, nơi cô lớn lên suốt năm tháng thanh xuân... Một buổi nào đã rất xa. Xa như âm âm tiếng máy xe ủi đất lui, tới trên đống xác người ùn lấp. Xa như nụ hôn tuổi con gái, lần đầu đời được quý trọng thương yêu. Đêm Giáng Sinh 1967, cũng nơi công viên Tao Phùng này. Hôm nay, ngày Hè cuối cùng, tháng Năm, năm một Ngàn-Chín Trăm-Bảy Mươi-Hai của đời tuổi trẻ, lúc Bạch Lê đúng hai mươi mốt tuổi, ba tháng. Tưởng như mới là hôm qua.

Như giọt nước tràn chiếc ly thống hận, khi trở về

Trung đoàn pháo 42đ của Việt Cộng đang pháo vào thị xã An-Lộc năm 1972
Picture source: Thiet-Giap by Lt. Colonel James H. Willbanks

Tất cả đều vỡ vụn dưới đạn pháo cộng sản Bắc Việt.

trại tỵ nạn ở trường học Phú Đức, vừa ngồi xuống trên mặt đất bình yên để tạm hoàn hồn sau cuộc tử-sinh oan khốc. Hai người bạn, Thi, Thúy ôm chầm Bạch Lê nói lời nghẹn ngào:

- Tụi mình tưởng không thấy bạn nữa chớ. Hai đứa này sau ngày 16 có lên chỗ *"Chân Trời Tím"*, không thấy gia đình bạn... Ấp vắng hoe, tan hoang, cũng không biết hỏi ai. Khi trở về...

Thúy ngừng nói, bật khóc oà...

- Anh Dũng chết rồi Bạch ơi! Ảnh chết vì bị pháo kích trước tiểu khu, khi chạy ra đón tụi này để ngóng tin... của bạn!

Bạch Lê thoáng thấy lại dáng dấp của Phan Trọng Dũng, người cô vừa quen từ ngày đầu hè. Tuy mới quen, nhưng cô hiểu tấm lòng của người chân thật, thương yêu. Nhưng, tất cả đã vô cùng xa xôi. Thuộc về bên kia cảnh Chết.

Hậu cảnh của lần thật chết

Ngày 12 tháng 6, năm 1972. Mười Hai Ngàn Người Dân vượt tuyến lửa, vòng vây, rời An Lộc sau khi Tiểu Đoàn 6 Nhẩy Dù thanh toán xong chốt Xa Cam, cửa ngõ phía Nam thị xã. Bạch Lê mặc chiếc áo màu trắng, (chít khăn tang trắng cho hai em và tất cả những người chết) theo lời khuyến cáo của những giới chức quân sự chỉ huy mặt trận...

- Cô và cả nhà cũng như đồng bào nên mặc đồ trắng để trực thăng và lính mình dễ nhận ra khi bắn yểm trợ. Chốt Việt cộng tuy bị anh em nhảy dù thanh toán, nhưng có thể chúng vẫn còn giữa một vài vị trí nơi Tân Khai, suối Tàu Ô.

Bạch Lê lên chiếc Honda với đứa em trai, Long ngồi trước trên những bao gói, Bình ngồi giữa, bà mẹ ngồi sau chót. Cô phóng xe lên mặt lộ, dẫn đầu đoàn người, miệng mím chặt. Tự tin. Quyết liệt.

Lính Tiểu Đoàn 6, 8 Nhẩy Dù; Trung Đoàn 15, 31 Bộ Binh, những đơn vị trấn giữ các vị trí phía Nam An Lộc, dọc Đường 13 về Chơn Thành đồng ra khỏi hố chiến đấu reo mừng, chào đón đoàn người thoát hiểm. Họ đem khẩu phần lương khô, gói cơm sấy còn lại cuối cùng biếu tặng đồng bào để có cái *"ăn dẫn đường"*; họ băng bó vết thương cho người bị pháo với lời căm phẫn:

- Sao Việt cộng nó có thể ác đến vậy hả trời... Toàn là dân chớ có người lính nào đâu?!

Khi ngừng xe ở Tân Khai nhờ người lính đổ thêm xăng vào xe, cũng do khám phá ra bà mẹ đã bị rớt xuống đâu phía sau. Người lính dặn:

- Cô phải chạy xe dưới hố dọc hai bên đường, chúng thấy dân di tản nên đã bắt đầu pháo kích lên mặt lộ.

Bạch Lê nói lời thành thật quyết chí:

- Tôi chết ở đây cũng không ân hận, được chết giữa người của mình, lính của mình; bây giờ tôi phải trở lui kiếm bà má, nếu bị pháo chết, không trở lại đây thì nhờ các anh đưa hai đứa em này về chỗ em hai tôi, Trường Cán Sự Y Tế số 201 đường Trần Hoàng Quân Chợ Lớn. Em tôi tên Lê Thị Ơn.

Cô phóng xe đi không ngại ngần, sợ hãi. Trên đường về Chơn Thành để đi Bình Dương, đoàn người bị lính cộng sản chận lại ở suối Tàu Ô để chúng thanh lọc các thành phần bị quy tội có *"nợ máu với nhân dân"*. Nhân dịp này cán bộ chính trị đến *"công tác"* với đám đông gồm đàn bà, trẻ con, người già...

- Chúng tôi là bộ đội giải phóng chiến đấu vì độc lập dân tộc, vì hạnh phúc của nhân dân. Vì nhân dân mà chiến đấu...

Bạch Lê nhìn thẳng mặt gã cán bộ chính trị cộng sản đang tuôn tràn lời *"giáo dục"* với âm sắc của dân cư Thanh-Nghệ-Tĩnh. Cách nhìn của con người tự trọng trước một điều khinh tởm, dối gạt vô lường.

Viết lại sau 31 năm (1972-2003)
với người sống-người chết nơi
An Lộc, Bình Long, Việt Nam.

Đứa bé trên đường di tản. Tháng 4/1972

Chương 6

Trị-Thiên, Đất vinh danh cho người

Nếu được hành quân tái chiếm Quảng Trị tôi sẽ cúng một con heo.

Một người lính Sư Đoàn 1 đã nói như thế. Không phải câu nói chơi, phút bốc đồng nhưng là tình cảm mãnh liệt tha thiết được diễn đạt bằng ngôn ngữ giản dị, chơn chất.

Giữa đất và người không còn biên giới, người lính

Từng bước tiến vào Quảng Trị.

không nhìn các địa danh: Cam Lộ, Hương Hóa, Trị Bưu, Phong Điền, An Lỗ như những mục tiêu quân sự, chốn không hồn mà nhiệm vụ bắt buộc phải đi đến trong một thời gian và sau đó đợi chờ từng ngày qua để trút đi dửng dưng lạnh nhạt.

Đất và người gắn bó không giải thích được bằng lý luận, chỉ cảm thấy bàng bạc mơ hồ, chứng nghiệm bởi một trực giác ngây ngất... Và không riêng cho người lính sanh trưởng vùng Thừa Thiên, quảng trị. Những người khác, những sĩ quan, trung sĩ, binh nhì sinh trưởng ở Bắc, Nam thuộc các đơn vị tổng trừ bị, hành quân tăng phái đến, bước chân đến vùng địa đầu đất nước lòng bổng nhiên chùng xuống trong xúc động lạ lùng...

Nhiệm vụ hành quân không được nhìn thuần túy như một công tác quân sự có tính cách bắt buộc, hành quân vùng Thừa Thiên, Quảng Trị âm vang mênh mông, tính chất cuộc thánh chiến, đấu tranh giữ đất, giữ nước, đấu tranh cho một lẽ sống còn. Chiến đấu ở miền giới tuyến hào hùng như bước chân qua một bờ lịch sử. Tương lai dân tộc được quyết định qua vùng đất này.

Đây không phải là một cảm xúc quá độ được tăng thêm cường lực để làm dáng trong văn hương nhưng đã đi lính, đội nón sắt, mặc áo giáp, nhảy trực thăng xuống Khe Sanh, đổ quân trên các mỏm Động Thông, Động Gió, đã di chuyển theo giòng Tam Giang, qua Túy Vân lúc sương còn mờ trên đầm Thủy Tú hay ngược phía Bắc để đi vào vùng Phong Điền, Đại Lộc,... giăng giăng mưa bụi, trăng non soi ánh sáng bạc thếch, ánh sáng chết trên mặt nước lăn lăn sóng nhỏ, thôn xóm xa lặng trong bóng tối, nghe trong lòng cơn ào ạt xúc cảm, thấy rộn rã từng ạt rung động trên làn da - Đất linh thiêng, huyền bí bao trùm vây bọc, con người trong đó thấy tan biến, hòa hợp vào cùng từng ngọn cỏ, cơn gió, người thấy đau, đau rõ ràng như nhức buốt như vạch xanh của sông Bến Hải vạch đường độc địa trên bờ cát thênh thang - Đất và người cùng đau với vết thương quê hương.

Cảm giác trên đã thành hình, đã gây nên phản ứng sinh lý làm dựng sợi lông tay cảm xúc nhưng có thể không được phân tích, không được rọi nhìn, định lượng, người lính *"thấy"* ràng buộc, thấy mơ hồ, lãng đãng nhưng chắc chắn, cần thiết như không khí hít vào trong mỗi cử động.

Trị Thiên, ngoài đất còn có người, người Huế, người Quảng Trị, người ăn cơm ghé sắn, người uống nước *"chè"* nấu bằng lá ổi, người gọi lính bằng *"anh Cộng Hòa ơi..."* Những người đã mừng rỡ đến ngất xỉu sau mười, mười lăm ngày dưới hầm sâu, nhịn đói nhịn khát, đại tiện, tiểu tiện và ngủ trên cùng chiếc chiếu như trong mùa xuân Mậu Thân khi nghe ngoài đường phố tiếng lách cách của báng súng đập vào đùi khi người lính di chuyển.

Lính Cộng Hòa tới! Lính Cộng Hòa tới! Người dân hé cửa nhìn: Trên đường phố vắng, hai hàng lính đi song song ở lề đường, đội hình, y phục hoa của Biệt Động Quân hay Thủy Quân Lục Chiến...

Lính Cộng Hòa bà con ơi!! Sống rồi bà con ơi!! Ông già, người trẻ, công chức, cảnh sát mở toang cửa ào ra đường... *Mừng quá mấy anh ơi, mừng quá! Mấy anh ở đây luôn hả? Uống nước không?* Những người lính từ miền Nam ra bị vây kín bởi một nồng nhiệt bốc lửa. Họ là điểm sống cho thành phố Huế đã đến đáy hấp hối và tuyệt vọng. Còn vinh quang đẹp đẽ nào cho bằng tiếng kêu mừng rỡ của người dân Huế trong mùa xuân đỏ lửa khi được sống, gởi đến những người lính xa lạ phong trần.

Đấy là những sự kiện của mùa xuân năm xưa. Bây giờ, tháng thứ ba của ngày Bắc quân mở cuộc đại tấn công và Miền Nam, Quảng Trị, Thừa Thiên, hai thành phố đầu tiên hứng chịu tai ương tàn khốc của bom đạn và người dân của hai thành phố này lại thêm một lần tay bế con, lưng cõng cha mẹ già xuôi theo Đường Số I dưới che chở độc nhất hay niềm tin cuối cùng - Người Lính - *Bộ đội Cộng Hòa ơi, cứu bà con, bộ đội Cộng Hòa ơi!* Trên đoạn đường máu Quảng Trị, Hải Lăng, Mỹ Chánh không phải một người, nhưng toàn khối dân bi thương nguy biến cùng gọi lên như thế một lần. Gọi bằng hơi thở cuối, mồm há hốc, mắt trợn đứng, gọi khi máu chảy, khi nằm xuống tan vỡ, tay lần trên chuỗi Thánh Giá, mắt nhắm nghiền, trên đầu, chung quanh đại pháo Bắc quân nổ liên hồi, nổ tàn ác... Đạn nổ không bỏ sót một phần đất, không quên một thân người...

Bộ đội Cộng Hòa ơi! Người dân lại một lần kêu to lên như thế. Vinh quang biết mấy cho người lính Việt Nam.

Đất không Vinh Quang riêng cho Lính, đất còn là Thánh Địa cho Người. Người tầm thường, người còm cõi, người quắt queo khô héo như nhánh *"nè"* (1) khô rốc tong teo, lay động dật dờ dưới cơn nắng hạ chí. Nhưng những người tội nghiệp, tàn tệ, răng đen, môi nẻ tóc rối, người mà tai ương đã hiển hiện lên giọng nói, bất hạnh đã đặt mầm ở tiếng *"khóc kể"* bi ai hờn oán. Bất hạnh cũng đã có *"điềm"* ở giọng hò thê thiết đến rợn da khi những con thuyền chập chùng trong bóng tối lướt thướt trên sóng qua Bảng Lăng, Ngô Xá, La Vân, La Chữ, Vân Trình... À... ơ... chỉ hai tiếng nhỏ con thuyền đi hết khúc sông mà âm thanh còn lộng trong gió...

Đã có *"điềm"* rồi nên dân Trị Thiên dù không cơm, không gia, không nương, rẫy bái vẫn tồn tại và sống còn. Họ sống bằng gì và như thế nào? Chuyển hết tháng ngày đi qua không cũng đủ là một việc vĩ đại... Rất vĩ đại... Rồi ba tháng máu lửa này, chui dưới hầm, ăn khoai sống, hứng chịu ngàn trái đạn của hai bên...

Ngày Hải Lăng vừa được quân ta tái chiếm, đồ đạc cho vào thúng sau, thằng con ngồi thúng trước, người đàn bà nhỏ quắt queo gánh *"gánh đời"* đi thoăn thoắt trên mặt cát trắng bầy nhầy lớp thịt người... Người Trị Thiên có *"tài"* đi nhanh như thế đã bao năm? Có anh phóng viên đài truyền hình chận hỏi:

- Chồng và mấy đứa con lớn đâu?

- Chết hết rồi... Họ đem đi băm, vằm, chém nát, chôn sấp dập ngửa mô không biết!

- Bây giờ bà đi đâu?

- Hí? Người đàn bà nhà quê không hiểu câu hỏi.

Cho dù hiểu đi nữa thì bà ta cũng không biết đi đâu... *Quo vadis? Mày đi đâu?* Chúa có hỏi đi chăng nữa người cũng không trả lời được...

Đi đâu? Ngày đã hết, đời đã hết, chỉ còn mỗi con người lừng lững cùng nỗi đau đớn mịt mùng hư không!

về quê hương điêu tàn

Phi cơ đến Huế lúc Một giờ sáng tắt đèn từ trên cao khi lấy hướng đáp, thấp xuống, thấp xuống chút nữa, trên một độ cao cần thiết, đèn ở cánh được bật cháy, chúi xuống và bánh chạm đất, đèn lại tắt. Không một phi trường nào im lặng và tăm tối bằng.

Phòng tối, ngổn ngang lính nằm, những người lính tóc rối và râu rậm, họ ngủ mệt nhọc và trăn trở, giấc ngủ đứt khoảng khi có tiếng động của bước chân đi đến dù tiếng động cực nhỏ, những đôi mắt đỏ hoe mở ra xong khép lại. Gần trăm con người không ngủ, họ chỉ nhắm mắt và nằm... Ngủ! Hình như họ đánh mất sự nghỉ ngơi này, mất đã lâu, từ hơn hai tháng trên các căn cứ Võ Định, Diên Bình dọc Quốc Lộ 14. Ngủ chỉ là trạng thái chập chờn của đôi mắt khép lại nhưng tai lắng nghe... Nghe tiếng nổ hoặc tiếng départ của pháo nơi xa...

Chẳng có vẻ gì để gọi là chiến tranh loạn lạc và điêu linh nơi chúng tôi đang đứng trong buổi sáng đầy nắng vàng và gió từ sông mang hơi nước dịu nhạt bay đến. Xóm Mỹ Chánh đổ nát vì vụ dội bom lầm hôm mồng 5 khuất sau rặng tre, chiếc cầu gỗ cháy từ bao ngày trước còn bốc khói, nhịp cầu sắt bị đổ xuống không đủ cường độ để gợi lên không khí bi thảm của trận chiến vừa xẩy ra cách đây mười ngày trên con đường nhựa bên kia sông, nơi bãi cát đìu hiu lặng đứng những khóm tre còm cọi... Những tang thương trầm thống của những ngày qua tan biến trong ánh nắng đẹp đẽ vàng rực của buổi sớm mai này. Có tiếng chim cu gáy ở bên kia sông, tiếng chim mộc mạc ấm áp như giọng cười khúc khích của đứa trẻ.

- Đấy, toa thấy cái lũy tre ở đầu con sông nơi chỗ quanh của con sông không? Liễn chỉ tay về hướng đông, nơi con sông quanh một vòng thật đẹp để đổ vào phá Tam Giang.

- Ờ, tôi thấy rồi, chỗ đó tôi đã đóng quân.

Làng nội tôi đấy, làng Vân Trình, tên nghe hay không, mỗi vụ hè tôi về đây chơi, năm mười tuổi đã lội qua sông này được. Hai mươi năm sau cho bạc triệu tôi cũng không qua được bên kia một mình.

- Ừ. Tôi lơ đãng nhìn theo con sông, nơi này mùa đông năm xưa tôi đứng trên bờ đợi Mễ cởi áo bơi qua sông mua rượu, phía trái nơi xa có bãi đất bồi thửa ruộng, bắp lên những lá xanh ngắt...

- Người miền Trung cực quá, không đủ đất trồng lúa, có chút đất bồi là bám vào ngay. Ba mươi cây số từ núi ra biển không có chút đất màu, toàn cát và cát, cằn cỗi xám xịt không như cát vùng Nha Trang, Cam Ranh.

Súng nổ sát bờ sông, súng nhỏ, bộ binh Bắc quân mở đường, đánh thăm dò... Chúng tôi trở về nơi bộ chỉ huy Tiểu Đoàn, Phúc đang báo cáo với lữ đoàn.

- Đó là tiền phương bộ binh của tụi nó xuống quan sát mình, chẳng hiểu nó bắn súng cối và 57 như vậy để làm gì? C... Mày gọi pháo binh làm mười tràng vào nơi yếu tố mà toán viễn thám ghi nhận tiếng départ. Phúc nói với Tiền, sĩ quan Ban 3.

Pháo từ Phong Điền rót lên ào ạt. Bắc quân ngưng tác xạ, họ xuống hầm hay đã bị chết, không biết được, những đám bụi do đạn nổ bốc lên tan đi thật nhanh, chỉ còn luồng khói đen cuồn cuộn bốc cao. Một ngôi nhà bị cháy. Có tiếng gắt của anh Phúc:

- Tụi nó đặt súng ở đấy thì xin bắn ở đấy, làm sao

biết viễn thám đêm vừa rồi có ngửi đúng hay không? Tiên sư có vợ, bị cặm sừng cũng đếch biết nữa là...

Anh ném cái ống liên hợp vào một góc nhà tụt xuống hầm chỉ huy xỏ chân vào đôi dép đi vào nhà thờ...

Đường về, trời nắng gió im buổi trưa mùa hè miền Trung bốc cháy toàn thể cảnh vật, núi im lìm rung rinh sau lớp hơi đá mờ nhạt, người lính bị thương ngồi băng sau gác bàn chân sưng đỏ máu đẫm ướt cuộn băng bày. Qua Phong Điền, xe bị kẹt, ngừng lại dưới tàng cây nhìn pháo binh TQLC di chuyển cho cuộc hành quân đang khai diễn. Họ nhìn tôi tò mò, áo lính Nhảy Dù đi xe TQLC, tóc dài và chiếc máy ảnh ở ngực... Tôi trông chẳng giống ai! Tôi cũng biết thế nên lúng túng đưa máy hình lên chụp loạn xạ. Ôi tôi hành nghề báo. Có một điều gì buồn buồn trong thân.

Mỹ Chánh không có gì, quả thật vậy, tôi về Sài Gòn, thay lớp áo quần dơ và ướt, uống ly rượu có đá lạnh, chạnh nhớ những người bạn ở nơi xa đang ao ước một tờ báo, dù tờ báo đã cũ từ ngày 30 tháng Tư... Điều này làm lòng tan vỡ, những người sống trên khổ nhọc miệt mài, trong núi xanh, trên cồn cát, những "sinh vật" lính quen thuộc và thân thiết bị quay cuồng níu kéo hoài vào gian nguy triền miên...

Không phải chỉ có ở Mỹ Chánh với Trâu Điên, nhưng khắp cùng đất nước, từ núi cao xuống đồng bằng, có đủ trên mỗi phần đất của quê hương. Mỹ Chánh không có gì ngoài hai xác chết bên kia sông cạnh chiếc xe tăng bị cháy, tiếng nổ B52 ầm vang đều đặn và núi rung rinh, cây cầu bốc khói xám. Những người và cảnh chết này có nỗi yên nghỉ riêng, lòng có xốn xang là hình ảnh người lính mang dép Nhật, chống cây gậy đi trên thôn xóm tan vỡ, người lính không đầy 20 tuổi... Em bị thương! Chỉ còn tiếng nói và hình ảnh đó đè nặng ở đỉnh đầu, tay tôi run và nặng khi viết những dòng chữ vô nghĩa này.

Quả bom chiến lược hay viên đạn súng colt chỉ gây một tiếng nổ, cũng chỉ viết thành *"một chữ"* trên trang giấy, nhưng trầm thống của con người thì mênh mông. Chữ nghĩa vô tri viết được mấy cho vừa.

Phòng tuyến sông Mỹ Chánh. Tháng 5/1972

Huế còn thở,

Huế sống, chắc chắn như thế. Sống vì trong lòng Huế có những kháng tố âm thầm lặng lẽ, những phản ứng kín đáo mang sức mạnh sinh tồn của con người khi bị ép đến cuối chân tường, đưa đôi tay tuyệt vọng lên đầu, đánh đòn quyết tử để vượt qua biên giới giữa chết và sống. Huế sống, dù mệt mỏi, tàn tạ đau đớn, tất cả phải được vượt qua, qua hết để gánh chịu nỗi kiêu hãnh ngậm ngùi của một dân tộc tồn tại sau hằng hằng điêu linh. Huế phải sống vì số kiếp bi tráng thê thảm đó. quê hương tôi không chết được. Huế còn thở.

Quê hương, nghe như lời mai mỉa, như tiếng cười khủng khỉnh lạnh nhạt. Quê hương đó và tôi xa lạ, lạ từ đường tóc giòng máu, lạ ở tiếng nói cách cười, xa lạ hoàn toàn trong lối sống và nhìn đời. Nơi chốn đó với tôi có một cách xa không bù trừ được. Nhưng tôi phải nhớ đến Huế, phải nghĩ đến, phải đau đớn bồi hồi khi đi lại trên những con đường vắng bóng người, không phải sự vắng vẻ yên tĩnh của hàng cây xanh lá vang động tiếng ve. Sự yên tĩnh ở đây nín lặng và đau đớn như ngôi nhà đóng cửa với tấm bảng *"Nhà đang có chủ ở."* Giòng chữ không làm ấm không gian, chỉ tăng thêm phần run rẩy lo sợ thiếu hơi ấm của người. Tôi đến Huế vào ngày Huế vừa hé cửa như con voi già mở đôi mắt nhỏ từ đồi cao nhìn xuống đám rừng xưa nơi phần mộ của giòng giống nó. Con voi chưa chết được, Huế vẫn thế, Huế chưa đi hết đời của mình, Huế đang sống. Huế còn sống.

Tôi đau đớn ngất ngư, thấy nhói ở trong lòng từng cơn đau có thật khi đi qua cửa Chánh Tây bị đổ nát, qua các khẩu súng đồng mà ngày nào trong thuở nhỏ, hai mươi năm trước, tôi ao ước được bò lên ngồi trên đầu nòng súng rồi nhẩy từ đây xuống. Tôi phải đau với Huế vì thấy lại thấp thoáng trong không gian mờ nhạt của Huế co ro ướt át, tối mùa đông năm 1949, cầu Gia Hội đang sửa chữa, tôi loay hoay lạc lối trên những con đường Ngự Viên, Trung Bộ, lạc qua cầu Đông Ba về đến cống Phát Lát, thằng bé đội nón cối trắng và đi ba ta quai chéo, quần dài xanh có tấm yếm trước ngực *"để che gió máy."* Đấy là tôi, tôi của tuổi ấu thơ hỗn độn những rung động chưa đặt tên trong một thành phố âm thầm thê thiết. Tôi đau với Huế, phải nhức nhối từng hồi, giật giật ở thái dương khi nhìn cảnh người đàn bà tất tả gánh đứa con đi trên đường Hương Thủy, Gia Lê, hai vạt áo dài đen đánh phần phật vào đôi chân luống cuống. Thuở xưa cũng thế, cũng chạy giặc, cũng *"vỡ mặt trận,"* cũng tan nát lửa đỏ và điêu tàn hừng hực. *"Tây từ bên Tòa Khâm đánh qua, mẹ bỏ con trong thúng và gánh đi trong lửa đạn".* Thế nên tôi phải đau cùng Huế, dù quê hương đó bạc đãi, phân lìa..

Huế sống, cũng như sau bao nhiêu đại loạn, Huế chậm rãi chắc chắn chống gậy, lấn từng tấc, từng phân dựng đứng cơ thể tàn tạ và hồi sinh. Lần này cũng vậy, sau khi mất Đông Hà và Quảng Trị bị vây khốn, đồng bào Quảng Trị băng qua vùng Hải Lăng, Lương Điền chạy về Mỹ Chánh, dân Mỹ Chánh nhập vào lui xuống Phong Điền, An Lỗ... Nhưng Phong Điền, An Lỗ đâu phải là phòng tuyến *"tử thủ"* được; hai con sông cạn đáy phơi lòng cát khô khan dưới mặt trời hạ chí... những người dân này lui thẳng về Huế... Và Huế bắt đầu thất thần hoảng hốt. Nhưng vẫn rất nhiều người tin tưởng: *"Phe mình giữ được Quảng Trị, can chi mô, vài bữa mình lấy lại Đông Hà mấy hồi..."*

Nhưng niềm tin tin tưởng như quả bóng căng hơi sau khi nhận mũi kim đâm ngập. Quảng Trị mất, mất chưng hửng tức tối. Biệt Động Quân nương nhau dọc quốc lộ về Nam. Thủy Quân Lục Chiến co lại, tiểu đoàn này đỡ tiểu đoàn kia rút gần xuống Mỹ Chánh và Sư Đoàn 3, không phải lỗi ở lính, ở cấp chỉ huy trung gian, cũng có thể không ở Tướng Giai (chưa có thể kiểm chứng được) nhưng đơn vị này đã tan vỡ một cách phi lý. Ba trung đoàn dù bị thiệt hại từ ngày đầu tháng 4 vẫn còn đủ quân số, vũ khí, phương tiện liên lạc, bỗng nhiên như viên đá nhỏ tan trong ly nước bốc khói.

Một đại đơn vị vỡ tan trong bất thần kinh ngạc, dân và lính đưa nhau chạy giặc đổ về Huế như cơn nước từ nguồn băng qua bờ đê cát nhỏ. Và Huế dưới cơn ép kinh hoàng của Quảng Trị nổ bùng, vỡ nát như ánh lửa điên loạn bốc cháy Chợ Đông Ba chen tiếng đạn của đám quân đói, Huế vỡ tan. Vỡ dưới ảnh hưởng kinh khiếp của Mậu Thân, giặc vào và ta chết, chết từng loạt.

Huế hốt hoảng vì viễn ảnh thấp thoáng toán lính mang ngôi sao vàng sục sạo khắp cùng ngõ ngách, đường hẻm để tìm địch, giết Ngụy. Huế sợ và cháy đỏ lo âu... Người xuôi Nam hướng Đà Nẵng, nối nhau chen chúc trên tất cả mọi phương tiện di chuyển. Bỏ quê hương chạy giặc...

Bây giờ là buổi chiều. Huế đang ở mùa hè, phượng đỏ, mặt nước sông Hương loáng ánh nắng. Tôi đi dọc bờ sông, chiếc cầu mới quá tân kỳ, chân cầu vây kín dây kẽm gai đề phòng thủy lôi không hợp với nét cổ kính tàn phai xứ Huế. Công trường Phú Văn Lâu tiêu điều, lá xanh không che nổi sức nóng. Nơi này, thuở xưa xa lắm, tôi lang thang nhặt những hạt cườm đỏ có chấm đen từ cây rụng xuống, đứng ở bồn hoa nơi có bốn con rồng luôn phun nước đưa bàn tay nhỏ e dè hứng những hạt nước long lanh bắn tung tóe trên ven bồn đá xám. Bờ sông xưa nay cỏ dại mọc đầy, những viên đá nâu đỏ của lối đi không còn nữa thay vào đấy lớp đất cát tung bụi dưới bước chân. Cầu Trường Tiền không còn vang tiếng guốc và chập chờn những tà áo trắng, nhưng đã có bóng người và màu sắc. Dọc theo đường Trần Hưng Đạo, bến xe, quán ăn, tiệm nước đầy thực khách, người ở Đà Nẵng trở về nhiều hơn người ra đi. Dấu hiệu tốt ở tiếng thở dài nhẹ nhõm của người hành khách khi bước xuống xe - *"Rứa mà tui nói không ai tin, Huế có chi mô mà sợ..."*

Trời sập tối, tôi leo hàng rào nhẩy vào căn nhà người cậu...

- *A! Cậu đây rồi.*

Ông cậu quắc thước mạnh mẽ ngày xưa không còn nữa, trước mắt tôi chỉ có một ông già, tóc và râu trắng bạc. Cậu run tay, mắt mở lớn nhìn thẳng cháu hoang đàng trở về trong lúc trời hết nắng, ngày tàn...

- Con đấy hả, trời ơi... Lâu chẳng biết con ở đâu, con đến lúc cậu đang cúng bà ngoại, cúng bà với bát muối mè và cái bánh chưng!

- Cậu không đi đâu?

- Không, Mậu Thân cũng vậy, cậu ở nhà, hôm nay lại là ngày kỵ bà, cậu không đi đâu hết!

Chị tôi ở bếp lên, chị Nga đẹp đẽ đài các của ngày xưa cũng đã thay đổi, đấy là một người đàn bà mà chịu đựng đã làm xạm mái tóc xanh...

- Chị ở Đà Nẵng ra với cậu, chị tin sẽ không có

một chuyện gì nữa, tất cả mọi chuyện cũng thế thôi. sống là được, sống là hạnh phúc rồi...

Tôi ăn bữa cơm gia đình sau bao nhiêu năm cách biệt. Đi ra khỏi nhà trong bóng tối dày đặc, đèn đường không có. Lối đi nhỏ lẫn trong đám hàng rào lá chè xanh dầy kín. Dọc trên đường về sân bay Tây Lộc, hào bên phải bay ngát hương sen - Mùa hè đây rồi, mùa đẹp nhất xứ Huế, mùa của đêm trăng nhỏ giọt qua cành lá, bánh xe đạp rong ruổi trên đường nhựa vắng, lưng người con gái chuyển dịch bí ẩn sau chiếc áo mỏng và một khối tóc đen đong đưa kỳ ảo theo bước chân, ẩn hiện bất chợt qua những hàng dậu lá che dầy đặc. Mùa hè sống động kỳ ảo của Huế, bao giờ có lại những ngày xanh huyền hoặc đó. Không còn nữa, tuổi nhỏ đã qua đi rồi... Qua một quán nước, ánh nến vàng mệt, cô gái bán hàng rạng rỡ giữa một đám lính trẻ, Quán Lưu Khách.

Một đời sống khác của Huế bắt đầu, bắt đầu lại trên hoang tàn nhưng còn nguyên cách thế phong lưu của hương sen kỳ vị đậm ngát một vùng trời đất. Trên cực điểm của trầm thống, bên cạnh những hào xưa thành cũ, những người tuổi trẻ ở Huế sẽ lớn lên, gạn lọc, tập trung năng lực để tồn tại và khai phóng... Ước mong quê hương đó lớn đẹp và mạnh mẽ như tiếng cười dòn dã thẳng thắn của cô gái hồng sáng dưới ánh đèn dầu. Ước mong như một tạ lỗi muộn màng.

*Công binh bắc cầu qua sông Mỹ Chánh, trong chiến
dịch tái chiếm Quảng Trị. Tháng 6/1972*

Bay trong hoàng hôn

Tàu không bay thẳng ra đèo Hải Vân, nhưng bay dọc theo bờ biển ra Nam Ô. Trời đã chiều, nắng hết chỉ còn dư ảnh của ánh vàng trên cây cỏ. Từ trên cao nhìn xuống, biển Thanh Bình ngày nào không còn nữa, nhà lấn ra sát mặt nước, nước xanh đục lợn cợn rác, bọt vàng của rêu và chất dơ. Hết cả rồi, chốn xưa, ngày mới lớn, đêm hè trong vắt lấp lánh sao, nửa đêm về sáng ngồi dậy đốt vỏ bánh xe nhìn ánh lửa, nhìn đại dương, nhìn Tiên Sa đen thẩm cùng Hải Vân vòng đường kín đặc, vòng núi hở một khoảng ở hải đăng để thấy biển phía xa xanh xao dưới ánh trăng non. Mơ ước gì trong đầu óc tươi trẻ đó? Không biết, chỉ thấy lòng mênh mông thênh thang bay lên tiếng hát âm thầm phơi phới.

Hết, chiều nay trên độ cao gió lạnh nhìn xuống biển xưa vấy bẩn và lòng nặng trĩu nặng phiền phiền. Máy bay dọc theo biển để thấy rừng dương ở Nam Ô xơ xác, trơ rụi. Ôi khu rừng thơ mộng của ta mười bốn năm trước thế này sao. Rừng không còn, chỉ còn khu vườn dương liễu cằn cỗi, bờ cát vàng dốc đứng nay cũng thấp xuống tan hoang...

Không còn gì nữa, quả thật không còn gì nữa, như tuổi thanh xuân đã mờ khuất đi. Qua núi Nam Ô để thấy lại bóng mẹ xõa tóc ngồi hong nắng... *"Mẹ con mình là người đầu tiên ở Đà Nẵng đến tắm ở đây..."* Mẹ đã nói thế để khích lòng *"giang hồ vặt"* của con trai. Đà Nẵng - Nam Ô, 10 cây số đường dài quá xa cho một tuổi mới lớn.

Năm phút máy bay đủ đi hết một quãng đời niên thiếu, mau thật. Tôi tưởng như vừa qua lớp mộng dài.

Gió lạnh, phi cơ đâm thẳng ra biển để vượt Hải Vân, đỉnh núi bên trái phủ mây trắng, đường nhựa ở trên, đường xe lửa ở dưới. Thấy rõ trước mắt hình ảnh đứa nhỏ tóc bay đưa đầu ra khỏi cửa sổ thành tàu nhìn xuống đại dương đen ầm tiếng sóng, sóng bạc đầu xô đẩy vào ra. Sâu hun hút, tưởng dưới xa như là chốn nghìn trùng không đến được. Sửa lại thế ngồi đỡ mỏi chân, cong hai đầu gối sát ngực cho bớt lạnh. Lại giống hình ảnh đứa bé đêm trừ tịch năm nào ngồi co ro trong một chiếc xe hàng trên đỉnh đèo sương phủ và gió rét. Tôi sống trong hai thế giới, trong hai chốn thời gian lúc trực thăng đổi cao độ vượt đèo... Mình là ai? Đi đâu? Mong ước gì? Hơn mười năm chưa thấy rõ mình. Đời khó thật.

Trời vẫn còn sáng trên không, thứ ánh sáng mờ mờ của bóng tối sắp đến, xuống ở độ thấp một trăm thước. Một trăm thước để thấy rõ từng nếp nếp nhà, sân đất, giậu tre và những cánh đồng xanh. Quê hương bình yên và đẹp vô ngần trong ánh sáng cuối cùng của một ngày. Đầm Thủy Tú lăn tăn sóng nhỏ trải dài như một thỏi kim cương xanh. Đầm mênh mông lặng lẽ dạt những vòng tròn xôn xao khi trực thăng bay qua. Núi Túy Vân ấn một nét đen đậm dịu dàng trên không gian và mặt hồ xám bạc. Túy Vân Sơn, tưởng tượng đến hình ảnh ngày xưa đoàn thuyền lộng lẫy của hoàng gia trôi theo giòng nước đến nơi này neo bến và tiếng chuông cuối ngày lồng lộng trên sóng nhỏ tan dần vào hư không.

Chiến tranh mệt mỏi của ngày dài di chuyển tan nhanh như sương mỏng, tôi mở to hai mắt, dựng đứng hết xúc cảm để nhìn hết, lấy hết toàn khối quê hương đang nằm dài yên lặng dưới xa - *Không thể có nơi nào đẹp hơn quê hương ta!* Câu nói của cuốn sách thơ ấu được lập lại không định trước. Phải, quê hương quá đẹp, vẻ đẹp mộc mạc, bình lặng cao cả. Quê hương là thiên nhiên cô đọng, quê hương tan biến hòa hợp vào cùng vũ trụ. Núi không cao, đầm không rộng, nhà mái tranh, con đò nan mảnh mai trôi lững lờ trên sóng nước hiền hòa, khuôn đất nhỏ vàng nhạt, từ trên cao vẫn tưởng được độ cứng và vẻ bóng bẩy phẳng lặng in từng đường chổi mới quét qua...

Quê hương thương yêu nồng nàn dưới đó, dưới độ cao một trăm thước, trên lưng đàn trâu về chuồng, cong đôi sừng nghếch khuôn mặt chịu đựng, giương đôi mắt võ vàng nhìn tiếng động trên không. Lòng bồi hồi run rẩy như vừa qua khỏi chốn linh thiêng... Bao nhiêu phần đất của quê hương còn đượm vẻ thanh bình này? Chắc còn rất ít, hay chỉ còn lại trên ảnh trên tranh, trong trí tưởng, trong ao ước... Vì khi máy bay vừa đến Huế, nhận được lệnh di tản thương binh, phi hành đoàn chỉ kịp ăn vội miếng cơm, lấy tọa độ bãi đáp và tầng số làm việc, bay liền hướng Hương Điền dọc Phá Tam Giang. Tiểu đoàn 6 và 8 TQLC vừa đụng trận.

Trời sập tối, cảnh vật xanh xanh xám xám, chút sương mờ đã dâng lên từ mặt nước. Trực thăng qua La Vân, Hương Cổ, Quảng Điền, những nơi chốn quá quen biết bao nhiêu lần xuôi ngược trên bờ lúa dọc con sông xanh thẫm lác đác những lá tre già. Tàu vượt Phá Tam Giang - A! Lại một chốn xưa huyền bí - Phá mông mênh bí mật u trầm, phá xôn xao chuyển dịch những lượn sóng xuôi ngược, phá nồng nàn say sưa như tuổi nhỏ khi đọc đến câu *"Yêu em anh cũng muốn vô. Sợ truông nhà Hồ, sợ Phá Tam Giang."* Vật biểu lượng ngăn trở tình yêu là đây, tôi nhớ lại được nỗi rung động náo nức của tuổi mới lớn... Nhưng bỗng nhiên như luồng sét thật mạnh đánh sát mặt, như kẻ bị phụ tình trong giờ khắc say đắm nhất, tàu đã bỏ mặt nước xanh để bay lên vùng cát trắng. Tôi lao đao như từ ánh sáng vào bóng tối, tôi tóe lửa ngộp ngộp hơi thở như gió thổi mạnh đập vào mặt. Nỗi mơ mộng tan vỡ, vỡ bùng không còn chút níu kéo. Tôi đang bay trên một quê hương điêu linh, không thể trốn chạy được... Lũy tre xanh, bọt sóng đầm xô đẩy, núi Túy Vân lặng lẽ, mảnh vườn đất phẳng, nụ cười sáng, bàn tay vẫn trên đồng xanh không có giá trị gì nữa. Quê hương đẹp đó quá ít, quê hương này, quê hương dưới chân, trên cát trắng quê hương trải dài theo biển từ Thế Chí, Đại Lộc qua Mỹ Thủy, Triệu Phong mới thật sự điển hình cho tàn tạ, tàn tạ tuyệt vọng câm nín của những "ổ" nhà nằm rải dài trên ba mươi cây số ngút ngàn lặng lẽ.

Ba mươi cây số không nhà, chỉ độc một chuỗi ổ chuột sùm sụp ép mình trên cát, chơ vơ thụ động dưới mưa bom và đại bác - Tội quá trời ơi! Năm xưa 1967, khi qua vùng này đã phải gập mình xuống để nhìn một gia đình một mẹ năm con ngồi ôm lấy nhau dưới mái lá như vượn mẹ bồng con ngồi co mình nhìn lũ người cay độc... Bao ngày qua, đời sống dưới mái lá đó càng thêm độ thê thảm. Không đồng lúa, không nghề chài, họ ăn gì, lấy gì để sống qua hằng hằng tháng ngày tân toan, rồi lại thêm bom rơi đạn rớt, bom đạn không phải chỉ một cơn một lúc nhưng phủ đầu và ngập mặt.

Trước 1967 đến bây giờ là bao lâu? Còn con người chăng trên bãi cát trắng dưới những "ổ" lá nằm rải rác trên dải quê hương điêu tàn đó? Có đàn lợn đi lang thang trên bờ biển, loài thú tầm thường bình yên, không thích hợp với hùng vĩ của đại dương chạy tán loạn khi nghe động cơ vang nổ... Chữ Gia của tiếng Hán được biểu tượng bởi một mái nhà dưới có chữ Thỉ - Trên giải đất không nhà này đâu còn nơi nương náu cho loài thú tội nghiệp kia - Người sống làm sao được trong tan nát này hả trời? Câu hỏi buồn cười tội nghiệp vang âm thầm làm nhói cơn đau nhức nhức ở nơi ngực.

Không thể gọi đây là *"Dãy phố buồn hiu"* nhưng phải gọi *"Dãy quê hương thê thảm,"* cũng chưa đủ cho nơi chốn tàn tạ hấp hối này.

Dậy đường tử khí

Không khí tàn tạ của vùng Mỹ Thủy, Hương Điền, vẻ đau đớn lạnh cứng của xác người lính Thủy Quân Lục Chiến Tiểu Đoàn 8 khi gió thổi lớp Poncho dán chặt vào mặc để lộ chiếc đầu tròn sống mũi thẳng, năm ngón tay tái xanh có những móng dài đầy đất của tối hôm qua trên trực thăng không còn nghĩa lý gì so với cảnh tượng trước mặt.

Tôi đang ở trên cây số 9 từ Quảng Trị kể đến, vùng thôn Mai Đẳng, xã Hải Lăng. Không thể dùng một chữ, một tĩnh từ, không thể nói, khóc, la, trước cảnh tượng trước mặt. Chỉ có thể im lặng, chỉ có thể nghiến răng, bặm môi, dù răng vỡ, môi chảy máu tươi, tay luống cuống, mắt mờ nhạt, mũi phập phồng. Không có thể biết gì về thân thể đang mở ra trước sự tàn khốc trước mặt.

Trời ơi! Hình như có tiếng kêu mơ hồ dội ngược ở trong lồng ngực, trong cổ họng, nơi óc não, hay chỉ là ảo giác của con người mất hết khả năng kiểm soát. Kiểm soát làm sao được nhịp đập của quả tim, không ai ngăn cản cơn chớp liên hồi của đôi mắt, tay nổi da gà, những sợi gân ở thái dương phồng lên đập xuống - Máu chảy ngúc ngắc trăn trở lăn lóc khô khan khó nhọc trong những đường gân căng đến độ chót... Cũng không phải như thế - Tôi không biết. Hoàn toàn không biết được gì của xác thân.

Tôi không còn là người đang sống, vì sống là sống cùng với người sống, chia sẻ vui buồn, đau đớn lo âu với người sống. Chung quanh tôi, trước mặt chỉ còn một hiện tượng, một không khí - Chết! Phải. Chỉ có sự chết bao trùm vây cứng. Chỉ có nỗi chết đang phơi phới bừng bừng che kín không gian.

Đã sống trong cảnh chết của trận Đồng Xoài năm 65, trận Bình Giả năm 64, đã nằm cùng, ngủ chung với xác chết qua một thời gian dài, nhưng bên cạnh những nín lặng đau đớn của những cái chết này vẫn còn tiếng nói, tiếng động của người sống dù là tiếng khóc vật vã, lời kể lể thống thiết của những người mặc đồ tang lăn lộn trên xác chết đã sình chương mới được kéo về sau bẩy ngày tử trận. Những cảnh chết còn không khí người sống, tôi chịu được - Sự chịu đựng khốn khổ chỉ có chiến tranh mới dạy cho người.

Và mới gần đây, An Lộc với những ngôi mộ vô danh, mộ tập thể, những cái chết câm lặng đến độ chót của đau đớn kinh hoàng, người cha trầm tĩnh đi tìm từng cái chân, cánh tay của năm đứa con vừa bị tan thây vì quả đạn đại pháo, nhưng lại còn được một nấc chót - Bên cạnh người chết vẫn có người sống - Người sống, dù với thể xác vô tri, đi đứng chuyển dịch như loại người mang nỗi buồn bi thảm - Người điên buồn, điên lặng, điên câm nín, điên ở trong, điên chạy ngược, thấm đẫm, trĩu nặng từng tế bào thần kinh - Dù sao cũng là Người Sống. Ở An Lộc, tôi còn thấy được loại người cuối đáy đau thương đó. An Lộc lại quá nhỏ, chỉ hơn một cây số vuông, cái chết cô đặc lại, ngập cứng vào người nhanh và gọn như nhát dao ngọt. Cái đau đến chớp mắt, người chưa kịp chuẩn bị thì đã lún hẳn vào trong... Tôi cũng chịu đựng nổi, gồng mình mà chịu, chịu được như chiếc bóng căng phồng khí độc.

Ở đây, Giáp Hậu, Mai Đẳng, Hải Lâm thì khác hơn An Lộc một bậc, hơn trên một tầng, tầng cao ngất chót vót, dài hơn An Lộc một chặng, dài hun hút mênh mông. Sự chết trên 9 cây số đường này là 9 cây số trời chết, đất chết, chết trên mỗi hạt cát, chết trên đầu ngọn lá, chết vương vãi từng mảnh thịt, chết từng cụm xương sống, đốt xương sườn, chết lăn lóc đầu lâu, chết rã rời từng bàn tay cong cong đen đúa...

Nhiều quá! 9 cây số hay chín ngàn thước, mỗi thước trung bình hai bộ xương tung tóe, vậy tất cả là bao nhiêu? Chỉ lấy con số trung bình vì có chiếc xe hồng thập tự chổng bánh vỡ sườn để lộ những bàn chân đen thòng ra ở cửa đằng sau... Chiếc xe Honda gẫy đôi, còn sót lại hai đôi dép Nhật, người ở đâu? Không phân biệt được tay này, chân kia, đầu lâu người nọ... Chiếc xe công binh ủi một đường dài, những xác chết, không, phải nói những bó xương bị dồn cùng áo quần, vật dụng, chạm vào nhau nghe lóc cóc, xào xạc, *"đống rác người"* ùn ùn chuyển dịch, một chất nhờn đen đen ươn ướt lấp lánh trên mặt nhựa - Nhựa thịt người! Trời nắng, đồng trắng, con đường im lìm, động cơ chiếc xe ủi đất, phải gọi xe ủi người mới đúng, vang đều đều, hơi nắng bốc lên từng đường trên mặt nhựa, hơi nặng mùi... Vạn vật chết trong lòng ánh sáng. Ánh sáng có mùi người chết!

Làm được gì bây giờ? Bịt mũi, che mồm, nhưng tất cả vô ích, hơi chết đọng trên da, chui vào mũi, bám trên áo, hơi chết hít vào phổi trôi theo máu. Tôi đang đứng trong lòng của sự chết. Tránh làm sao được, ai có thể ra khỏi khối không khí của nơi sống? Những cảnh chết tập thể của người Do Thái ở các trại tập trung gây nên niềm bàng hoàng xúc động vì người chứng kiến thấy được *"xác người"* xác chồng chồng lớp lớp có thứ tự, gọn ghẽ nguyên vẹn...

Chín cây số đường chết của Quảng Trị không thể dùng danh từ *"xác chết"* nữa, vì đây chết tan nát, chết tung tóe, chết vỡ bùng... Chết trên tất cả mọi cái chết. Không còn được *"người chết"* trên đoạn đường kinh khiếp đến tột độ của chốn quê hương thê thảm này. Giáp Hậu, Hải Lâm: Tên nhớ vào máu dù sau này tôi chết, ký ức cũng không thể phôi phai... Đã dùng hết tất cả chữ nghĩa có trong đầu, nhưng chưa đủ, chắc rằng chưa thể đủ được, tôi điều tiết hết cả thần kinh để đón nhận, ghi nhớ nhưng nhận không vừa, ghi không nổi... Lòng bây giờ cũng như dây đàn đã đứt, chỉ còn thoáng âm ba cứng đỏ mơ hồ không kìm giữa nỗi chết. Đau choáng váng, ngất ngư dật dờ bởi thứ men chết dậy lên hừng hực như nắng sáng.

Pháo vẫn còn rơi ở phía trái con đường, rơi từng ba quả một, từ vùng núi Tây Bắc đến, người lính công binh vẫn từ từ cho xe ủi *"người,"* tôi lặng lẽ hút những hơi thuốc đắng. Nếu pháo nổ ở đây thêm hai xác người nữa thì có là bao! Không gì lạ nếu tôi và người lính công binh này chết. Chẳng có nghĩa gì khi thêm hai đầu lâu mới, bốn cánh tay, bốn bàn chân và ít ruột gan rơi rớt đẫm máu văng trên mặt nhựa này...

Đúng như thế vì những đầu kia, tay nọ chắc cũng đã qua một lần rung động, cũng có qua một vết kỷ niệm, một đời nồng nàn ước vọng, sung sướng và hạnh phúc. Bây giờ còn gì nữa đâu trong chiếc sọ đen nâu dính chút thịt nhão nát và lọn tóc khô rối rắm. Người đàn bà, sinh vật đã một lần yêu quý, đã một lần là thiên đàng rực sáng của tình yêu, là hạnh phúc mầu nhiệm của người mẹ... Còn gì đâu trong chiếc sọ nồng thối lăn lóc nọ?... Hết nơi cho Người. Hết thật. Lọt vào 9 cây số này con người đã hoàn toàn tận diệt, sinh vật người hoàn toàn tận diệt. Hết. Một chữ ngắn gọn để diễn tả đủ cơn tan vỡ cùng cực... Chỉ còn được mỗi chữ này.

Xe ra khỏi, không, phải nói rằng đó chỉ là cảm giác tự đánh lừa mình, vì không ai có thể ra khỏi được nỗi chết trùng vây kín. Đến La Vang Thượng, đi bộ vào La Vang chính tòa, nơi bạn tôi, Tiểu Đoàn 11 Dù đang chiếm giữ. Hai cây số đường đất giữa ruộng lúa xanh cỏ, tôi đi như người sống sót độc nhất sau trận bão lửa đã đốt cháy hết loài người.

Đường vắng, trời ủ giông, đất dưới chân mềm mềm theo mỗi bước đi, gió mát và không khí thênh thang. Ngồi xuống vệ đường bỏ tay xuống ao nước kỳ cọ từng ngón một - Tôi muốn tẩy một phần sự chết bao quanh? Có cảm giác lạ: Tôi vừa phạm tội. Tội được sống. Phải, tôi có cảm giác như chính mình vừa giết người và dành quyền được sống, chính bàn tay này vừa tham dự vào trò tàn khốc... Tôi nghĩ lộn xộn điều này nối lấy điều kia, hổ thẹn, uất ức, giận hờn, đau đớn và... vô tri giác.

Tôi muốn *"chửi"* tất cả. Dù có bị thôi thúc, ép buộc từ một chiến lược nào đó, những người chỉ huy trận chiến cũng không thể bỏ Quảng Trị trong bất thần để đến nỗi 9 cây số đường kia phủ thịt người. Tôi muốn chửi Bắc Quân, phía cộng sản. Dù luật chiến đấu là phải thắng, nhưng ai nỡ bóp cò để B40, B41, 75 ly sơn pháo, từ trên những cao độ của Xuân Lâm, Trường Phước, Trường Thọ (những tên gọi sao cay đắng) nổ vào những *"mục tiêu"* xao xác - Người dân chạy loạn.

Thắng trận ở đâu khi những mục tiêu đau đớn đó ngã xuống? Tội nghiệp, những người lính của Đại Đội 3 Quân Y còn tưởng đến giá trị của chiếc cờ trắng Chữ Thập Đỏ nên đã trương lá cờ thụ động vô nghĩa đó để băng qua sự chết. Bắc quân! Hình như anh đã không có tình người, cạn tình người. Anh giải phóng cho ai khi đi giết con người? Tôi muốn hỏi điều đó, hỏi vang vang, hỏi bằng tiếng thét đến vỡ cổ, bật máu, tôi muốn hỏi tại sao Người giết Người tỉnh táo và tàn tệ đến thế kia?...

Từ nơi đặt súng đến *"mục tiêu"* không quá một cây số và gần nhất dưới năm mươi thước, anh không nghe tiếng thét khi Người chết sao? Tôi muốn hỏi người lính miền Bắc với hết cả thống hận trong lòng. Căm thù nào trên người đàn bà tóc rối bế con chạy xôn xao giữa giòng người tan nát? Tôi muốn hỏi, hỏi ngàn lần, hỏi vạn lần người mang danh hiệu là lính của *"Quân Đội Nhân Dân"*. Nhân Dân để gọi những ai? Tôi muốn hỏi một triệu triệu lần bằng tiếng thét vô hình nổ bùng trong đầu óc khi ngồi giữa cánh đồng trống.

Muốn cào mặt, đấm ngực, cắt da để máu chảy thành giòng, để nhìn thấy mình cũng *"được"* đau đớn, chia sẻ. Tôi bất mãn với chính tôi trong trạng thái ù lỳ vô tri khi giương mắt nhìn rõ chiếc sọ người tóc rối. Phải, tôi cũng muốn chửi cả chính tôi, thật sự như thế... Tôi cũng có tội. Tôi cũng có tội đấy. Trời ơi!

Đi vòng vòng ở sân của Vương Cung Thánh Đường, nhìn tượng thiên thần, tượng Đức Mẹ, cây dương liễu cháy xám... Những cảnh sắc và nơi chốn này đối với tôi là kỷ niệm không phôi phai, nhưng bây giờ sau khi qua 9 cây số chết, lòng cứng, não trơ, tôi đi xiêu vẹo ngả nghiêng trong lòng nắng và gió nồng... Ngửi và thấy toàn người chết. Trí óc không nghĩ được cái gì hơn...

Đi qua ngôi nhà xưa khi mùa đông 66, 67, tôi, Thừa, Hổ và anh Bảo ngồi ghếch chân lên gốc cây thông uống bia đá. Lúc ấy trời lạnh nhưng cũng phải uống nước đá, chúng tôi vừa ở núi, nơi đầu sông Thạch Hãn rút ra, 15 ngày trong đó... Bây giờ những bạn xưa đã chết, tôi thì đang bị vây khốn trong một trời thống khổ, làm cái gì đây? Còn gác chuông của nhà ông Trùm họ đạo, tôi nhớ căn nhà này có một cô gái, Hổ đã trêu ghẹo cô ta một câu trước khi rút quân đi, Hổ chết đầu Xuân 68, cô gái bây giờ ở đâu? Hay cũng đã chết tan trong một vùng lửa đạn...

Bước qua gạch ngói của căn nhà đổ nát, tôi đến gác chuông kéo sợi dây, hai quả chuông quá nặng, phải kéo bằng cả hai tay... *Kính... coong...* Tiếng chuông âm u vang động; vang vào trong núi không nhỉ? Nơi đây là một bình nguyên trùng điệp và Trường Sơn bao vây nơi xa... Vắng vẻ quá! Tôi nói thật lớn cho chính mình nghe. Chẳng biết nên làm gì? Giật dây chuông thêm một lần nữa...

Về theo chuyến tản thương, người thương binh nặng nhất chốc chốc ứa chút máu hồng, bên cạnh, gã tù binh bị thương nằm mê man...

- Tụi này cứng cổ lắm, bị thương nó nằm lì để bắt mình vác đi, đ.m. nó lại được nằm băng ca trong khi tui phải bò bằng cùi chỏ!

Anh lính bị thương hai chân ngồi dựa thành xe chửa đổng,

- Thôi, mình khá hơn tụi nó là chỗ này, lỡ cứu nó, cứu cho trót.

Tôi tìm đường nói cho anh lính khuây khỏa, quả tình cũng không tin được lời nói của mình. Vì khi đi ngang căn nhà ở cạnh trụ sở xã Hải Lâm, nhìn cảnh người đàn bà ngồi "*tướt*" từng sợi thịt ra khỏi xương người chồng. Người vợ ngồi kẹp đầu giữa hai gối, tước từng sợi thịt đã nâu đen nhão nát trên xương ống tay và chân... Bà ta dùng bàn tay "*xoa*" lên trên lớp xương sọ, vừa để đuổi kiến vừa để tẩy phần da ươn ướt mòng dính vào khối xương mũi, động tác bình thản thân ái như người vợ trong khi âu yếm tay lên mặt chồng.

- Ôn ơi là ôn ơi!!

Tiếng khóc nhức nhối than van gầm gừ trong cổ

họng như đánh nhịp khi người vợ "nắm" đầu người chồng lên bằng hai ngón tay thọc vào ổ mắt "rảy" cho hết kiến! Tôi biết gã tù binh nghe nhưng cố lờ, gã ngủ trên suốt đường di tản mặt bạnh ra khiêu khích. Người lính của ta có thù hận một chút cũng không sao. Có điều không công bằng giữa hai phe lâm chiến, lính ta đánh giặc không thù hận, tôi biết điều này vì tôi cũng là một lính tác chiến.

Trên xe ra phi trường nghe câu chuyện của hai vợ chồng già quá giang ở băng sau, tôi chợt khám phá ra một điều: Dân chúng vùng Thừa Thiên, Quảng Trị đã sửa soạn đón chờ tàn khốc qua tiếng nói. Họ không nói, nhưng than vãn, kể lể, rên xiết. Nỗi oan khiên vô hình chập chùng trên mỗi âm, mỗi chữ, cách lên xuống của từng câu. Không nói quá đáng, từ lâu, đã cảm thấy nhưng chưa kiểm chứng cho đến hôm nay ba tháng mười ngày, lại một số lượng thời gian bí nhiệm mà người Trung cứ mãi nhắc tới, tức là một trăm ngày của trận chiến cuối mùa, ba mặt trận : An Lộc, Kontum, Trị Thiên đều cùng có một mẫu số chung: Dân Trị Thiên là nạn nhân đa số. Vì dân cạo mủ ở An Lộc, người dinh điền ở Kontum cũng là những di dân Quảng Trị. Thậm chí ở chiến trường Bình Giã, năm 1964 số lớn nạn nhân cũng không ai ngoài những người dân vừa mới di cư từ Cam Lộ, Khe Sanh vào.

Thôi đó là tai ương tiền định, Trị Thiên còn là Châu Ô, xứ sở của người Chàm mà người Trung gọi là Hời. Âm thanh sao nghe qua thê thiết, oán hờn, rồi lại còn giọng hò nữa... Ai đã đứng ở bờ sông Bồ (chảy qua An Lỗ) sông Thu Rơi (Mỹ Chánh), sông Hương nghe giọng hò cất lên từ những khoang đò khi chiều vào tối mới hiểu được vì sao có những quê hương cứ mãi tàn tạ, oán hờn... Định mệnh đã xếp đặt thế. Chả còn lời này để an ủi kiếp đắng cay.

Đại Lộ Kinh Hoàng 29/4/1972

Chương 7

Cờ bay. Cờ bay.
Cờ bay giữa vũng lửa...

Ngày 14 tháng 9, 1972 Quân Lực Việt Nam Cộng Hòa đã dựng nên kỳ tích lẫm liệt - Tái chiếm Cổ Thành Đinh Công Tráng, Thị Xã Quảng Trị, thành phố thủ phủ tỉnh cực bắc của Miền Nam.

Trận đánh không thuần tuý là một mục tiêu quân sự bởi từ kết quả này, bài toán Việt Nam có điều kiện giải quyết một cách khả thể - Hiệp Định Paris được kết thúc trong tình thế tương đối *"hợp lý"*, để người Mỹ rút quân, chính sách *"Việt Nam Hóa"* của Tổng Thống Nixon được hiện thực.

Bài viết trích đoạn từ biên khảo *"Những Cột Trụ Chống Giữ Quê Hương"*, kể về người và việc ở Miền Nam, của Việt Nam phần nửa thế kỷ vừa qua trong tình thế chiến tranh. Chỉ là một trích đoạn ngắn nhưng có thể trả lời vấn nạn hiện tại vẫn chưa được kết thúc chung nhất: Quân đội nào đã thực sự chiến đấu và một lần chiến thắng trên chiến trường nơi Miền Nam?

Sau cuộc lui binh oan nghiệt, hỗn loạn, rời bỏ Đồng Hà, Quảng Trị, căn cứ Ai Tử, và những vị trí quan yếu bắc sông Thạch Hãn (*), kể từ ngày 1 tháng 5, phòng tuyến cực bắc của miền Nam dừng lại ở Sông Mỹ Chánh. Con sông rộng không quá một trăm thước chiều ngang kia thật sự không thể là tuyến phòng thủ thiên nhiên hữu hiệu. Hơn thế nữa, đường tiếp cận trong Trường Sơn, qua ngã thung lũng A-Sao, A-Lưới để về Huế đã hoàn toàn thuận lợi khi các binh đoàn cộng sản chiếm được những căn cứ hỏa lực Bastogne, Checkmate, đường vào thành Phố Huế từ ngõ Tây-Nam.

Nếu lực lượng cộng sản tiếp tục lấn chiếm được đoạn phía nam Huế (đường đi Đà Nẵng), và cắt Đường Số I ở khoảng Xã An Lỗ, theo chiều ngang của sông Bồ thì lực lượng thủy quân lục chiến nơi phòng tuyến Mỹ Chánh này sẽ nằm gọn trong một chiếc túi bị thắt chặt cả hai đầu nam lẫn bắc, không cần bị tấn công, thị xã, căn cứ quân sự, sông thuộc tỉnh Quảng Trị, đơn vị hành chánh, quân sự của VNCH, nam sông Bến Hải (1954-1975), cũng sẽ phải rút đi, mà chắc gì thoát được về Đà Nẵng (Chiến trận tháng 3, 1975 sau này là minh chứng cụ thể về quan niệm vừa trình bày). Đoạn Mỹ Chánh - Huế chỉ khoảng năm mươi cây số, và sau Huế là Đà Nẵng với hơn một trăm cây số còn lại. Chiến dịch tấn công Miền Nam của bộ tổng quân ủy Miền Bắc với danh hiệu Nguyễn Huệ ắt sẽ trở thành hiện thực với cuộc *"Nam tiến ngụy danh giải phóng"* nếu như phòng tuyến Mỹ Chánh vỡ từ đầu những ngày tháng 5, 1972.

Nhưng bởi đơn vị trấn đóng phòng tuyến Mỹ Chánh trên Quốc Lộ I, điểm tấn công chính của Bắc quân nếu muốn mở đường về Huế kia là Tiểu Đoàn 2 Thủy Quân Lục Chiến - *"Trâu Điên"* của Trung Tá Nguyễn Xuân Phúc (*Khóa 16 Trường Võ Bị Quốc Gia, Tiểu Đoàn Trưởng*) - tiểu đoàn thượng thặng của binh chủng, cũng là đơn vị lừng lẫy nhất của Quân Lực Cộng Hòa. Thế nên, bộ binh miền Bắc không thể nào vượt qua được bảy mươi thước sông bề ngang mong manh này. Chắc chắn không thể được.

- Một thằng *"cháu của bác"* nào qua đây, tôi sẽ *"biệt phái"* nó đi gặp bác nó ngay.

Trung Tá Phúc, *"Robert Lửa"* đã nói như thế với những phóng viên báo chí tại bộ chỉ huy tiểu đoàn ở Đồi Đức Mẹ cạnh Sông Mỹ Chánh trong buổi họp báo bỏ túi ngày 1 tháng 5. Chung quanh xác chết những đặc công cộng sản (đơn vị đánh thăm dò, mở đường qua cầu, hướng về Huế) nằm rải rác đến cây cầu vừa bị giật sập còn bốc khói.

Từ phòng tuyến mong manh này, với lòng tin cậy đối với những đơn vị tăng phái hành quân, Trung Tướng Trưởng trả lại quyền điều động đơn vị cho Đại Tá Lân trong khu vực trách nhiệm - Lần đầu tiên kể từ ngày thành lập, Sư Đoàn Thủy Quân Lục Chiến được xử dụng hết sức mạnh tổng hợp đúng kích thước của một sư đoàn. Biết như thế để hiểu tại sao những đơn vị bách thắng này lại phải chịu những tổn thất nghiêm trọng, oan uổng, vô lý ở trận Bình Giã, vùng rừng miền Đông Nam Bộ tháng 12, 1964; với Lam Sơn 719, cũng nơi đất Trị Thiên này (*).

Đấy là do khi các tiểu đoàn bị xé lẻ và nguy hại hơn nữa nếu các đại đội tác chiến phải phơi thân đơn độc nơi những căn cứ hỏa lực, dưới cơn mưa lũ của đạn pháo cộng sản qua từng ngày dài chịu đựng để đến một kết thúc bi thảm không tránh khỏi khi các đơn vị ấy cạn đạn dược, không được tải thương, tiếp tế, không phi pháo yểm trợ.

Trận đánh nơi nhưng cao điểm *"C- Charlie"* ở chiến trường Cao Nguyên, Kontum với Tiểu Đoàn 11 Dù trong những ngày giữa tháng 4 vừa qua là một đau thương còn quá mới. Nay, người lính giành lại thế chiến đấu và tất nhiên họ phải chiến thắng. Nói lại thêm một lần cũng chưa đủ- Trung Tướng Ngô Quang Trưởng đã trả lại cho người lính ở mặt trận Trị Thiên sức chiến đấu thần kỳ của họ.

Từ phòng tuyến Mỹ Chánh, một đơn vị viễn thám TQLC ban đêm men theo bóng tối vượt qua sông chiếm cứ một đầu cầu để ngày mai, 12 tháng 5 cuộc hành quân Sóng Thần 5-72 khai diễn có vị trí đặt bộ chỉ huy hành quân. Với đoàn trực thăng cơ hữu CH 53 của Thủy Quân Lục Chiến Mỹ từ quân vận hạm Okinawa bay vào, hai Tiểu Đoàn 3 và 8 TQLC trực thăng vận đột kích chớp nhoáng xuống bờ biển phía tây Quận Hải Lăng, Nam Quảng Trị khoảng 10 cây số.

Chín giờ sáng, cuộc đổ bộ hoàn tất, 1200 chiến sĩ cọp biển tràn lên trận địa, dạng hình những chiếc áo rằn màu xanh xô tới như sóng biển. Quân tiến như qua chỗ không người, đám bộ đội trở tay không kịp bởi phía chỉ huy Bắc quân chỉ đề phòng cuộc tấn công từ mạn Nam lên - Từ nơi phòng tuyến Mỹ Chánh. Nhưng thật cũng có một cánh quân tiến lên từ phía nam - Tiểu Đoàn 9 TQLC vượt sông ghìm chặt Trung Đoàn 66 Bắc Việt cả hai mặt Bắc-Nam. Đơn vị cộng sản phân tán mỏng rút lui để lại 240 xác chết đếm được.

Chúng ta nên trở lại yếu tố kỹ thuật trận liệt đã một lần bàn đến - Quân số thiệt hại ắt hẳn phải gấp ba lần xác chết để lại trên chiến địa kia. Phía tư lệnh mặt trận B2 (của Bắc quân) kể từ khi khai diễn chiến dịch Nguyễn Huệ tổng tấn công Miền Nam bị khựng lại với câu hỏi: Phía quân Nam sẽ đánh vào đâu? Như thế nào? Chiến dịch Nguyễn Huệ của miền Bắc sau này được giới nghiên cứu quân sự thế giới đánh giá là cuộc tổng tấn công lớn thứ hai của khối cộng sản kể từ lần xâm lăng Nam Hàn năm 1950 ở bán đảo Triều Tiên với 300,000 ngàn chí nguyện quân Trung cộng.

Điểm khác biệt là vào thời điểm ấy, danh tướng Mac Arthur có dưới tay 365,000 quân (Mỹ và Liên Hiệp Quốc), được cả thế giới yểm trợ, và tâm lý quần chúng, quốc hội Mỹ phấn khởi, tự tin sau thắng lợi Thế Chiến thứ Hai đồng thuận (kể cả thái độ gián tiếp của Liên Sô) để chính phủ Mỹ áp dụng những biện pháp quân sự mạnh mẽ, mà cũng đã phải rút lui về bán đảo Pusan trong giai đoạn đầu cuộc chiến. Nay, trận chiến mùa Hè 1972 hoàn toàn không có bộ binh Mỹ tham dự, và không quân Mỹ thực hiện lần cứu viện cuối cùng cho đồng minh trước khi bị Tu Chính Án Frank Church kìm giữ hẳn (2).

Trong *"Vietnam A History"*, với tính vô liêm sĩ tàn

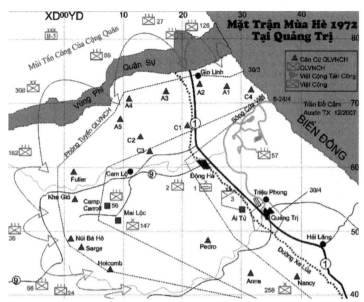

Phóng đồ mặt trận Quảng Trị (Trần Đổ Cẩm vẽ)

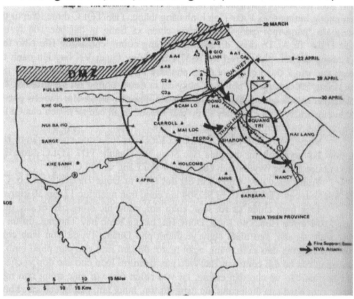

*Phóng đồ tấn công của lực lượng cộng sản, và
tuyến phòng thủ của VNCH, từ 8/4/1972*

Mùa Hè Đỏ Lửa

nhẫn cao độ, Stanley Karnow trình bày chuyện kể về Việt Nam hoàn toàn cố ý nhảy qua đoạn chiến sử năm 1972 này. Y ta chỉ khai thác đề tài Mậu Thân Huế, 1968 với yếu tố: Phía Việt Nam Cộng Hòa cho người lẻn vào khu giải phóng - khu vực do phía cộng sản tạm chiếm - giết những người *"tình nghi đã cộng tác với bộ đội cộng sản"*, xong ném vào chung hố với những nạn nhân do cộng sản chôn sống để vu oan là *"cộng sản giết người!!"* (3).

Y chứng minh điều trung thực này qua câu hát của Trịnh Công Sơn *"Bãi Dâu, vỗ tay trên những xác người"*. Đoạn viết này hàm ý: *"Những xác người này do phía Việt Nam Cộng Hòa sát hại rồi đổ tội cho Việt cộng"*. Và *"nếu như có thật"* một số người bị chết bởi tay bộ đội cộng sản, thì cũng chỉ là do *"Việt cộng - tức du kích cộng sản Miền Nam"* trả thù những kẻ *"có nợ máu đối với nhân dân"*, chứ bộ đội Miền Bắc hoàn toàn vô can trong vụ tổng công kích và thảm sát người ở Huế!

Sau 1975, tạp chí National Geographic có đăng bài viết của Trần Văn Đỉnh, vốn là nhân viên ngoại giao cao cấp của VNCH; qua phỏng vấn của người này, viên bí thư thành ủy Huế đặc trách ngoại vụ, Nguyễn Văn Diêu (kẻ tên Nguyễn Văn Diêu này là ai?) có ý kiến về cuộc thảm sát năm 1968 như sau: Lê Minh, viên chỉ huy quân sự mặt trận Huế trong thời đoạn ấy đã xác nhận: *"bộ đội của anh ta có phạm tội ác"*. Nhưng lời thú tội được biện hộ ngay liền. Lê Minh viết tiếp: *"Bởi chúng tôi không kiểm soát được những hành vi tàn ác của cá nhân binh sĩ"*. Nhưng dẫu sao là người chỉ huy, bao gồm cá nhân tôi phải chịu trách nhiệm (4).

Quý hóa quá, cũng có lúc cán bộ cộng sản thú tội

giết người! Nhưng Lê Minh là tên thật hay giả của một anh cán bộ loại tép riu nào? Hắn ta là ai? Một tội ác lớn chôn sống hằng ngàn người theo một kế hoạch hiểm độc tinh vi được giải thích và giải quyết bởi lời thú tội từ một tên tuổi bá vơ nào đấy được gọi là Lê Minh?! Nhưng anh ta cũng không hẳn phạm tội - Vì đấy chỉ là *"tội ác cá nhân"* của những tên bộ đội vô danh nào đó mà thôi!

Hằng năm cho đến những năm đầu thế kỷ 21 này, đảng cộng sản vẫn ra chỉ thị làm lễ kỷ niệm chiến thắng Mậu Thân - Lễ tất nhiên, buổi lễ có kể lại *"chiến công vĩ đại"* Tết 1968 ở Huế. Vậy *"thành tích chiến thắng đánh Mỹ, diệt Ngụy"* được kể ra kia với *"hành vi tàn ác cá nhân của một tên bộ đội"* dưới quyền Lê Minh có khác gì nhau? Nhưng Tường, dạy học ở Huế, một trong những kẻ gọi là *"văn nghệ sĩ, trí thức yêu nước cách mạng, bạn chiến đấu của nhạc sĩ Sơn"*, trong tập băng truyền hình *"Vietnam, A History"* thẳng thừng trả lời: *"Chúng tôi giết chúng như giết loài rắn độc"*. Cộng sản Hà Nội đến cỡ của Tố Hữu cũng không thể trân tráo, ngang ngược xuẩn động hơn những con người với những sự việc vừa nêu trên.

Chúng ta tạm rời bỏ những xảo trá đê tiện chính trị để trở lại chiến trường với những người lính của quê hương. Không để cho phía cộng sản có được thời gian chuẩn bị cuộc phản công, Trung Tướng Ngô Quang Trưởng chỉ thị đến hai tư lệnh chiến trường, Thiếu Tướng Phạm Văn Phú, Tư Lệnh Sư Đoàn I Bộ Binh, và Đại Tá Bùi Thế Lân, Tư Lệnh TQLC phải thanh toán hai gọng kềm Tây- Nam và Đông- Bắc Huế trước lần tổng phản công lên mặt Bắc.

Mặt trận Tây-Nam được thực hiện theo diễn tiến

như sau: 9 giờ 15 ngày 14 tháng 5, 1972 tại bộ chỉ huy hành quân Trung Đoàn 1 Bộ Binh, Tướng Phú nhận được báo cáo mới nhất của cánh quân Trung Đoàn 3, đơn vị đánh chiếm lại căn cứ Bastogne (bị mất từ Tháng 3) từ mạn Bắc. Bastogne là tên do các đơn vị Mỹ đặt để nhắc lại trận đánh lừng lẫy của Sư Đoàn Nhảy Dù 82 trong Thế Chiến thứ Hai do Tướng Maxwell Taylor chỉ huy, nay Sư Đoàn I đặt lại với một danh tự đầy cảm xúc - Thuận Hóa, tên cũ của Thừa Thiên Huế từ ngày Chúa Nguyễn vào Nam mở nước, thế kỷ 17.

Người Quảng Trị, Thừa Thiên dựng nước và mở nước từ đất Ai Tử, Thuận Hóa, nên người lính Sư Đoàn I phải trở lại Thuận Hóa vì ở đấy không chỉ là một mục tiêu quân sự, nhưng là biểu tượng sức chiến đấu của đơn vị, tấc lòng dân, quân tha thiết với phần đất cha ông.

Trận đánh từ sáng sớm đến xế chiều vẫn chưa có kết quả quyết định dù phía Trung Đoàn 3 đã báo cáo: *"Chúng tôi vượt qua hàng trăm xác của địch, nhưng bởi hệ thống chốt của chúng (đào theo hình chữ A) quá dày đặc nên không thể nào thanh toán mau chóng được. Thành phần bộ đội giữ chốt lại bị xích chân vào súng, nên chúng không thể chạy trốn, quân ta phải thanh toán từng chốt một cho đến gã lính cuối cùng bị tiêu diệt, và vì thế cuộc tiến quân phải trì chậm lại."*

Trên đỉnh *"T - Bone"*, nơi đặt bộ chỉ huy hành quân, Tướng Phú nói cùng với phái đoàn báo chí, phóng viên điện ảnh từ Sài gòn đến: *"Nội trong đêm nay, Sư Đoàn I sẽ trở lại Bastogne. Trở lại Bastogne để chứng tỏ Quân Lực Việt Nam Cộng Hòa thừa sức để tái chiếm bất cứ vùng đất nào mà trước đây tạm bỏ."*

Nhưng dự định của Tướng Phú và quyết tâm của người lính Sư Đoàn I không thực hiện đúng hẹn được, bởi hai Tiểu Đoàn K5 và K9 cộng sản quyết liệt chận đứng cánh quân Trung Đoàn 3, chủ yếu là tại đỉnh 100 (cách Bastogne 800 thước). Đơn vị chốt tại đây tử chiến tuyệt vọng, không khoan nhượng.

Nửa đêm, rạng 14 qua 15, Tướng Phú vào máy truyền tin dã chiến nói chuyện trực tiếp với người chỉ huy Trung Đoàn 3: *"Chỉ trong đêm nay, hay ngày mai, chứ không thể là 22 hay 29 tháng 5, mấy đứa con đầu của anh (các đơn vị tấn công tiền phương) có vào được hay không? Đừng nói lòng vòng.. Các anh đừng làm hổ danh Sư Đoàn I!"* (5)

Sáng sớm ngày 15, Tướng Phú sau lần tiếp xúc mật với Tướng Trưởng, có ngay quyết định táo bạo: *"Dùng một đơn vị trinh sát nhảy xuống Bastogne xong từ trong đánh ra ngoài, liên kết với lực lượng của Trung Đoàn 3 từ ngoài tấn công dứt điểm."* Cuộc trực thăng vận dự trù lúc 10 giờ sáng, đợi cho trời bớt sương mù theo yêu cầu an phi.

10 giờ, 11 giờ, 12 giờ... Từng giờ một phải được kéo lùi vì khu trục không nhìn thấy mục tiêu để đánh dọn bãi cho quân bạn. 13 giờ 30 - Giờ G của chiến dịch đột kích bắt đầu. 18 pháo đội 105 và 155 ly đồng tập trung hỏa lực trút xuống Bastogne vững lưới lửa. Mỗi pháo đội có 6 khẩu súng, tức 108 nòng đại pháo cùng lần tác xạ; mỗi pháo đội nhận được lệnh *"pháo đội 10 tràng"*, có nghĩa số lượng đạn bắn đi nhân lên 10 lần số súng kia.

Pháo binh chấm dứt để khu trục vào vùng. Đoàn khu trục thuộc Phi Đoàn 518 từ Biên Hòa ra tăng phái mặt trận giới tuyến từ đầu tháng 4, những chiếc phi cơ AD 6 thật ra đã thuộc loại *"bỏ đi"* của không quân lẫn hải quân Mỹ chỉ dùng để huấn luyện, vì quá giờ bay sau Đệ Nhị Thế Chiến 1945, nhưng khi vào tay phi công Việt Nam với những *"người sinh ra để bay Skyraider"* - Loại khu trục cánh quạt có khả năng mang số bom nặng hơn trọng lượng của nó - Như Nguyễn Văn Cử, Phạm Phú Quốc (thế hệ đàn anh) hoặc Trần Thế Vinh, Phạm Văn Thặng, Nguyễn Du, Nguyễn Văn Phong... hôm nay, chúng trở thành một vũ khí tấn công, yểm trợ tiếp cận cho bộ binh tuyệt hảo.

Chỉ từ một tuần từ 2 đến 9 tháng Tư, Trần Thế Vinh đã hạ 21 chiến xa với những trái bom đặt dưới cánh phi cơ của anh. Sáng ngày 15 này cũng thế, những trái bom rơi từ phi cơ AD6 của Phi Đoàn 518 như đặt vào những trái bóng nhỏ vào những chiếc lỗ khít khao, bật tung toàn bộ hệ thống cố thủ của các chốt chung quanh và trung tâm Bastogne. Sau đợt dội bom cường tập, Trung Đội Trinh Sát của Thiếu Úy Hiệp nhảy xuống mục tiêu khi còn nguyên mùi bom, lửa cháy trên đất đá.

9 giờ sáng ngày 16, đại quân Sư Đoàn I chiếm lĩnh tất cả các cao độ quanh Bastogne. Từ trên cao nhìn xuống, lá Cờ Vàng của Thuận Hóa, Bastogne đổ nát sáng rực giữa chập chùng màu xanh của rừng và hơi khói đạn chưa tan. Sau thất trận thê thảm ở cửa ngõ vào Tây-Nam Huế, nơi thung lũng A-Sao, sư đoàn 324B phải rút về Lào để tái bổ sung, biến mất khỏi chiến trường Trị-Thiên.

Nhưng thất bại quân sự của phía cộng sản không chỉ dừng lại với sư đoàn 324B mà còn kéo dài, mở rộng hơn với ảnh hưởng sâu xa đối với toàn thể mặt trận phía Bắc nói riêng, và sách lược của cuộc tổng công kích Mùa Xuân 1972 trong tầm cỡ rộng lớn

Phòng tuyến Mỹ Chánh sau 1/5/1972

Pháo binh trong chiến dịch phản công 19/7/1972

tổng quát.

Chúng ta hãy theo dõi tiếp sức mạnh vô địch của Lôi Phong. Do một tính toán sai lầm tai hại (sau này giới nghiên cứu chiến lược, quân sử Mỹ, Việt, kể cả phía cộng sản đồng xác nhận đấy là sai lầm của chính Võ Nguyên Giáp, Bắc quân mở trận đánh phục thù vào ngày 21 tháng 5 bằng đội hình mở rộng trên trận địa với chiến xa và bộ binh tùng thiết theo chiến thuật cổ điển của chiến tranh quy ước ở một vùng chiến trường mà họ đánh giá là có ưu thế. Trên vùng lau sậy bạt ngàn dọc Phá Tam Giang song song với bờ biển, bộ binh và chiến xa cộng sản dàn đội hình theo trục lộ 555 (con đường nối Quận Hải Lăng cực nam Quảng Trị về Quận Phong Điền, bắc Thừa Thiên). Kiểm soát được tuyến đường tức là nối được trục tiếp vận Bắc-Nam của vùng đồng bằng thuộc hai tỉnh địa đầu mà mà không cần phải phụ thuộc vào Quốc Lộ I, hiện tại không thể vượt qua được chốt Cầu Mỹ Chánh (do Tiểu Đoàn 2 TQLC trấn giữ, phần trên vừa trình bày).

Lực lượng cộng sản thoạt tiên tấn công các đồn địa phương quân và nghĩa quân, thành phần này được lệnh rút bỏ vị trí, lui về phòng tuyến của TQLC. Nương theo đà thắng lợi ban đầu, Bắc quân thọc sâu về phía Nam định bao vây, bọc hậu hai Tiểu Đoàn 3 và 9 TQLC. Nhưng hai đơn vị này đã áp dụng một kế sách tuyệt diệu - Bỏ trống trận địa không cho địch ưu thế chọn lựa chiến trường - lui binh sâu về phía Nam năm cây số, lập phòng tuyến mới.

Khi binh đội cộng sản tiến vào khu vực bỏ trống (của hai Tiểu Đoàn 3 và 9 TQLC vừa rút khỏi) thì cơn mưa lũ lửa, sắt, thép của hàng trăm phi cơ Việt-Mỹ cùng đổ xuống (nơi những vị trí đã sẵn yếu tố tọa độ tác xạ, dội bom). Nhưng nhất quyết không chịu rời bỏ mục tiêu đã dự trù chiếm lĩnh, sáng sớm ngày 22, lực lượng cộng sản tập trung hai mươi chiến xa còn lại mở đợt tấn công lần hai vào vị trí Tiểu Đoàn 3 và Bộ Chỉ Huy Lữ Đoàn 369. Nhưng cố gắng này hoàn toàn phá sản, bởi những giàn phóng hỏa tiễn TOW do thủy quân lục chiến xử dụng đã khai triển, vận động hết hỏa lực đáng sợ của nó, bắn hạ 10 chiến xa T-54 ngay trong đợt phản công đầu tiên, có chiếc bị cháy chỉ cách hầm chỉ huy lữ đoàn khoảng 400 thước.

Thế trận Bắc quân hoàn toàn tan vỡ, thiệt hại 542 xác đếm được mà theo ước tính phải thêm một trung đoàn nữa bị loại ra khỏi vòng chiến. Như cơn điên mê của loài thiêu thân tuyệt vọng, tư lệnh Mặt Trận B2 cộng sản lại chuyển mũi dùi tấn công sang phía tây, vùng trách nhiệm của Lữ Đoàn 258 TQLC và Liên Đoàn 1 Biệt Động Quân. Cách đánh thí quân này không thâu đạt một kết quả nhỏ nào mà còn để lại hơn hai trăm xác nằm chật trên những bờ bãi lau lách đỏ màu máu. Nước trong những đầm, phá của vùng này vốn đỏ độ phèn cao nay hóa ra đỏ sẫm bởi máu người ứa đọng.

Không để cho địch quân có thì giờ dưỡng binh, lực lượng Thủy Quân Lục Chiến xử dụng lữ đoàn còn lại đánh dập toàn bộ những mũi tấn công của binh đoàn cộng sản cố lấn sâu xuống phía nam sông Mỹ Chánh. Kế hoạch tấn công dứt điểm được hình thành với cuộc hành quân Sóng Thần 6/72 để đưa Lữ Đoàn 147 TQLC vào trận.

Có thể nói rằng, đây là một cuộc hành quân thủy-bộ được tổ chức cao nhất từ trước đến nay của chiến tranh Việt Nam do phối hợp nhịp nhàng, vận dụng hết khả năng cơ động của binh chủng TQLC/VN, kỹ thuật khoa học quân sự hiện đại tinh vi của quân đội Mỹ, cùng sức mạnh ghê hồn của hỏa lực phi pháo.

Ngày 23 tháng 5, Tiểu Đoàn 7 TQLC kín đáo rời phòng tuyến bố quân để ra bến tàu Tân Mỹ, năm cây số Đông-Bắc Thị Xã Huế; tiểu đoàn xuống tàu nhỏ ra Hạm Đội 7 đậu ngoài khơi, chờ giờ vượt tuyến tấn công mà đến lúc này cấp chỉ huy mới phổ biến cho binh sĩ biết.

Cần mở một giải thích quan trọng về địa thế của chiến trường được chọn. Từ lúc chiến tranh Đông Dương thứ Nhất (1945-1954), vùng đất thuộc eo biển miền Trung dọc Phá Tam Giang, nằm giữa Quốc Lộ I và bờ biển này là một vùng cấm kỵ của lực lượng quân đoàn viễn chinh Pháp, bởi địa thế quá hẹp, trống trải, nhưng lại là vùng sình lầy không thuận tiện đối với việc điều động cơ giới, bộ binh di chuyển khó khăn, lại không có chướng ngại thiên nhiên để che dấu khi tiếp cận mục tiêu, hoặc ẩn tránh nếu xẩy ra trận đánh. Binh sĩ quân đoàn viễn chinh Pháp gọi địa danh đáng sợ này với một tên hiệu thê thảm *"Dãy Phố Buồn Thiu"*, và học giả người Pháp Bernard Fall đã dùng làm tiêu đề cho một biên khảo của ông về chiến tranh Đông Dương lần Nhất (1945-1954).

Thế nên, địa danh trở nên quen thuộc với giới nghiên cứu quân sự, và người viết nên cuốn sách kia cũng đã thiệt mạng do mìn bẫy khi theo quân đội Mỹ hành quân trên vùng đất này vào năm 1967. Nhưng nay, Lữ Đoàn 147 TQLC phá tan huyền thoại âm u kia lẫn lời tán tụng: *"Sư Đoàn 'nặng' 325 tổng trừ bị quân đội Bắc Việt là một đơn vị quân đội nhân dân anh hùng, nhiệm vụ nào cũng hoàn thành, khó khăn nào cũng vượt qua, kẻ thù nào cũng đánh thắng"*.

Với một phối hợp đồng bộ tuyệt hảo, bộ tư lệnh

Sống, chết có nhau.

tiền phương Sư Đoàn Thủy Quân Lục Chiến Việt Nam đặt trên Soái Hạm USS Blue Ridge cùng với ban tham mưu hạm đội điều hành, chỉ huy cuộc hành quân đưa Tiểu Đoàn 7 trở lại bờ biển bằng tàu đổ bộ của Thủy Quân Lục Chiến Mỹ. Khi đoàn quân cách bờ khoảng ba cây số, giàn hải pháo của Hạm Đội 7 xử dụng những đại pháo có đường kính 16 inches hay 406 mm như của Thiết Giáp Hạm New Jersey đổ một màn lửa và mảnh thép công phá xuống các bãi đáp dự trù. Sau cơn bão nhân tạo do các hải pháo, phi cơ hạm đội xuất kích với Sky Hawk của hải quân, hoặc F-4C Phantom, A-7E Corsair của thủy quân lục chiến tiếp dọn sạch các mục tiêu, và cuối cùng, con bài chủ lực - B52, vũ khí cột trụ của Lôi Phong được gọi tới trải tấm thảm lửa hung hãn suốt chiều dài bãi biển dọc theo Hương Lộ 555.

Lửa cuồn cuộn tung hoành đỏ rực sóng biển, hắt ánh hồng át mặt trời vừa bắt đầu bình minh. Từ khoảng cách hai cây số, (khoảng an toàn tối thiểu đối với B52, vốn là phi cơ oanh tạc chiến lược), hai đợt tàu đổ bộ gồm mỗi đợt 40 chiếc đưa Tiểu Đoàn 7 ào vào bờ như những cơn sóng biển. Mà thật sự là một biển người đồng loạt xông lên bờ cát âm âm mùi bom lửa. Đơn vị cộng sản cố thủ bờ biển trong chớp mắt phân tán mỏng chạy về phía Quốc Lộ I tìm đường sống sót.

Một đại đơn vị chỉ còn mười (đúng con số 10) tù binh ngơ ngẩn vì quá sợ hãi đưa cao tay đầu hàng lính Thủy Quân Lục Chiến. Nhưng đơn vị cộng sản tháo chạy về hướng Quốc Lộ I (để vào vùng núi phía tây), hoặc về phía bắc (hướng Sông Thạch Hãn) cũng không còn hy vọng được trốn thoát lần cuối, vì hai Tiểu Đoàn 6 và 4 đã nhảy xuống giao điểm nút chặn (của Hương Lộ 555 - hướng Nam-Bắc, và Hương Lộ

602- hướng Đông-Tây) với cuộc trực thăng vận thần tốc thực hiện đúng vào lúc Tiểu Đoàn 7 đổ quân.

Hai Tiểu Đoàn 4 và 6 đụng độ ngay tại bãi đáp với Trung Đoàn 18, đơn vị thuộc Sư Đoàn 325, mà bộ chỉ huy đã thoát khỏi trận địa từ sau những thiệt hại từ giữa tháng 5. Sau bảy ngày *"chà láng"* mật khu *"Dãy Phố Buồn Thiu"*, Lữ Đoàn 147 trả khung cảnh im lìm cho khu vực đúng như tên gọi, rút lại về phòng tuyến Mỹ Chánh. Quân đội cộng hòa rút đi cùng lần biến mất khỏi trận địa những đơn vị từng là huyền thoại của bộ đội cộng sản Miền Bắc - Hai trung đoàn mang danh số 66 và 88 của quân đội nước Việt Nam Dân Chủ Cộng Hòa hoàn toàn mất dấu khỏi hồ sơ trận liệt kể từ ngày, tháng này.

Chỉ trong vòng một tháng 5, trong vùng trách nhiệm của Thủy Quân Lục Chiến đã có tới hai ngàn xác đếm được, hơn ngàn vũ khí bị tịch thu, 60 chiến xa bị loại khỏi vòng chiến, có chiếc khi bị *"bắt sống"* còn nguyên vũ khí, số đạn cấp phát - Binh sĩ những Tiểu Đoàn 6 và 8 TQLC của Trung Tá Đỗ Hữu Tùng (6), Nguyễn Văn Phán đã không cho xạ thủ những chiếc tăng này bắn được một viên đạn.

Ngày 27 tháng Bảy, lực lượng Thủy Quân Lục Chiến thay thế Nhẩy Dù để *"dứt điểm"* mục tiêu Cổ Thành Quảng Trị. Thật ra, kể từ 25 tháng 7, Tiểu Đoàn 5 Dù đã bám được bức tường đá Cổ Thành Quảng Trị với yểm trợ tiếp cận của phi cơ A37 Không Quân Việt Nam, nhưng khi Đại Úy Nguyễn Tấn Sĩ, Đại Đội Trưởng 51 của tiểu đoàn này thúc lính bò lên thành thì cũng là lúc Không Quân Hoa Kỳ can thiệp, dội bom nội thành; do những lý do kỹ thuật, hai trái bom đã đánh nhầm vào đội hình quân bạn, Tiểu Đoàn 5 mất đà, khựng lại và dội ngược.

Sư Đoàn Dù lại để trống ngã Bến Chùa, đường qua sông Thạch Hãn về Nhan Biểu, Ái Tử: Đường tiếp vận quan yếu của hệ thống hậu cần Bắc quân. Chín tiểu đoàn Dù hiện có chỉ vừa đủ rải dài từ Mỹ Chánh đến Quảng Trị, từ đường chiến thuật 556B ra đến Quốc Lộ I; thế nên, cần phải có thêm một lữ đoàn (với ba, hoặc bốn tiểu đoàn bộ binh tác chiến) tăng cường để chận con đường Ái Tử - Nhan Biểu - Cổ Thành là ước vọng tha thiết của Bộ Tư Lệnh Sư Đoàn Dù hay cũng chính của Tướng Trưởng.

Gần hai tháng qua đi kể từ ngày khởi cuộc phản công, tất cả các đơn vị tham chiến bị ngừng lại bên bờ hào của vòng thành đá tảng, tuyến chiến đấu của ta và địch cách nhau đúng 400 thước (hai tầm súng cá nhân), nhưng cũng có nơi không còn thước nào cả, bởi các chốt kháng cự đan kín vào nhau, nên nay đã đến lúc cần phải thay đổi kế hoạch tác chiến để thực hiện lời nguyền trước quốc dân và lịch sử.

Tư Lệnh chiến trường, Trung Tướng Ngô Quang Trưởng quyết định cùng Chuẩn Tướng Lê Quang Lưỡng và Bùi Thế Lân một kế hoạch tái phối trí: Sư Đoàn Thủy Quân Lục Chiến nhận trách nhiệm phần đất bên trái Quốc Lộ I chạy dài ra đến biển; Sư Đoàn Dù từ trái quốc lộ đổ sâu vào hướng núi. Tiểu Đoàn 6 TQLC thay chỗ 6 Dù chịu trách nhiệm góc Tây-Nam Cổ Thành, ngã tư đường Trần Hưng Đạo - Quang Trung; 3 TQLC đổi 5 Dù chịu trách nhiệm phòng tuyến dọc đường Lê Văn Duyệt đối diện Cửa Tiền; 9 TQLC đổi 11 Dù, Trâu Điên (2 TQLC), Quái Điểu (1 TQLC) chận đường cửa Bắc ngang sông Thạch Hãn, cũng là đường tiếp vận cho lực lượng cộng sản cố thủ cổ thành.

Những giòng chữ sau đây viết theo câu chuyện

của những người lính trực tiếp đi đầu đợt tiến công - Chúng ta hãy sống cùng những giờ phút dũng liệt với xương máu của mỗi một người lính - Những Người Lính Vô Danh mà linh thiêng sông núi đã hung đúc nên thành, gánh chịu suốt cuộc chiến điêu linh.

Đại Tá Ngô Văn Định, Lữ Đoàn Trưởng Lữ Đoàn 369 TQLC, vị lữ đoàn trưởng thâm niên nhất của sư đoàn nhận nhiệm vụ chỉ huy đơn vị xung kích tái chiếm Cổ Thành Quảng Trị từ hướng Tây- Nam; Lữ Đoàn 147 chịu trách nhiệm mặt phía Đông từ quận Triệu Phong ra đến biển. Sư Đoàn TQLC kể từ ngày thay thế Nhảy Dù tuy đã chiến đấu không hề ngưng nghỉ nhưng cũng chỉ đẩy các chốt địch từ ngoài vào trong Cổ Thành, và điểm gần nhất cũng còn cách bờ hào thành khoảng hai trăm thước.

Không thể chần chờ hơn nữa, Bộ Tư Lệnh Quân Đoàn I dưới điều hành trực tiếp của Tướng Trưởng soạn thảo Kế Hoạch Lôi Phong giai đoạn 2 xử dụng tối đa hỏa lực phi, pháo trong 48 giờ liên tiếp theo diễn tiến: Không quân chiến lược B52 liên tục trải thảm từ sông Thạch Hãn (Bắc Cổ Thành) đến Đông Hà (Bắc Quảng Trị 50 cây số), có nhiệm vụ đập nát tất cả vị trí pháo binh, hoả tiễn, bộ chỉ huy, điểm tiếp vận. Tiếp đến hải pháo từ Hạm Đội 7 bắn vào các điểm nghi ngờ liên tục trong suốt chiến dịch vào những lúc phi cơ tạm rời vùng; pháo binh diện địa 175 ly từ Phong Điền tăng cường quấy rối, đặc biệt chiếu cố thật kỹ vị trí toạ độ Cổ Thành; 12 khẩu đại bác 155 ly, 54 khẩu 105 ly cơ hữu của Sư Đoàn TQLC được lệnh tác xạ không ngừng một phút, pháo thủ chỉ thay nhau ngủ vài giờ nửa đêm, từng khẩu pháo được điều chỉnh để không một trái đạn rớt ra ngoài bờ thành.

Đạn bắn không cần đếm, hàng trăm xe vận tải hạng

nặng chở đạn đi suốt ngày đêm trên lộ trình Đà Nẵng - Quảng Trị. Đạn giở xuống để ngay trên Quốc Lộ I dài hàng cây số, lính pháo binh cứ tự động đến lấy mang đến vị trí pháo khỏi phải làm phiếu lãnh. Có người đã ôm viên đạn trong tay nhưng kiệt sức, không nạp nổi vào nòng, anh ta ngã gục bên khẩu pháo.

Trong vòng 48 giờ, đã có 60,000 ngàn quả đạn bắn đi, không một phân đất nào của khu vực chung quanh Cổ Thành, trong thị xã không có dấu đạn rơi. Về phần bốn bờ tường thành được dành cho không quân chiến thuật Việt Nam và Mỹ từ Đà Nẵng, Chu Lai, Tuy Hòa, Hạm Đội 7 đồng thực hiện. Các phi công phải lựa chiều đánh bom làm sao quả bom rơi đúng trên năm thước bề dày của chiếc thành, cốt triệt hạ khối đá vuông vức kia thấp xuống, càng thấp càng tốt; phải đập nát bốn lô cốt ở bốn góc, khóa họng những thượng, đại liên mà xạ thủ đã bị xích chân vào súng.

Và cũng phải cầu viện đến *"bom mắt thần"*, những quả bom nặng 500 cân Anh, điều khiển bằng ra đa để đánh xuống những đoạn thành quá kiên cố mà pháo và bom thường không triệt hạ được. Nhưng cái tường thành ngạo nghễ kiên cố kia dầu chỉ còn thấp khoảng vài ba thước, gạch đá ngổn ngang vẫn còn những đám con cháu *"bác Hồ"* chui rúc trong những căn hầm chữ A, loại hầm cứng chắc có khả năng chịu được phi pháo- chỉ trừ khi bom rơi ngay vào miệng hầm.

Cuối cùng, không để bị bó buộc vì tình thế, Bộ Tư Lệnh Sư Đoàn Thủy quân Lục Chiến lại thêm một lần thay đổi ý định điều quân: Lữ Đoàn 369 bàn giao vị trí cho bạn, lui binh làm thành phần trừ bị, cái *"bánh chưng"* gọi là cổ thành kia được cắt ra làm hai: Nửa phía Đông giao cho Lữ Đoàn 147, xử dụng hai Tiểu Đoàn 3 và 8 đánh từ hướng Đông qua và chính diện mặt Nam. Lữ Đoàn 258 điều động *"Trâu Điên"*, 2 TQLC đánh từ hướng Tây, *"Ó Biển"*, 6 TQLC đánh chính diện Cửa Hữu theo Đường Quang Trung, vùng cư dân trước đây gọi là Phường Thạch Hãn. Lực lượng tấn công dứt điểm sẵn sàng trên tuyến xung phong đợi Lôi Phong chấm dứt sau 48 giờ bão lửa.

Tại hầm chỉ huy Tiểu Đoàn 3 TQLC, Thiếu Tá Cảnh nói cùng Đại Úy Thạch, Đại Đội Trưởng Đại Đội 3:

- Anh Thạch, tôi biết anh mới lui về nghỉ có mấy ngày, nay giao cho anh nhiệm vụ này thì kỳ quá, nhưng tiểu đoàn mình chỉ còn anh là đại đội trưởng cứng nhất, kế hoạch Lôi Phong 2 đã bắt đầu từ ngày hôm qua, đợi giờ chấm dứt, tối nay anh đem đại đội lên trám tuyến cho *"thằng 1"* (Đại Đội 1), rồi tìm cách tiến sát vào chân thành kia trước khi trời sáng. Nếu không được thì lui về, để trời sáng tụi nó nhìn rõ là hỏng việc.

Đại Úy Thạch về họp cùng với các trung đội trưởng để bàn định kế hoạch đột kích. Anh nói với những trung đội trưởng đang ngồi chen chúc trong chiếc hầm chìm bóng tối; những tròng mắt khô rốc mệt nhọc trừng trừng nhìn xuống tấm bản đồ đặt trên đất:

- Đây. Cái bờ thành này, làm thế nào đại đội mình cũng phải leo lên cho được. Điều tôi dặn kỹ là binh sĩ không được bắn vu vơ, đến sát bờ thành thì tung lựu đạn thật nhiều rồi leo lên, bám chặt vào đó. Đừng để tên nào leo xuống. Bám vào được thì mình mới có thể bung ra hai bên.

Đến trước viên thiếu úy cùng tên Thạch, anh nói riêng:

- Ông với tôi cùng tên, *"Thạch là đá"*, đá thì phải

cứng, tôi chọn ông đi tiên phong là thế. Hy vọng ông làm được việc.

Đại Đội 3 Tiểu Đoàn 3 TQLC vượt tuyến tấn công lúc nửa đêm, ba giờ sáng, đoàn quân đến mục tiêu ấn định - bờ tường Cổ Thành Quảng Trị, nơi cách hầm đóng quân hai trăm thước - hai trăm thước khoảng cách được vượt qua bởi những người lính bò im lặng trong đêm trên gạch đá, mìn bẫy, và dưới trùng điệp lưới lửa, đạn đại pháo của cả hai bên.

Đột nhiên, một loạt đạn pháo binh nổ rền ngay đầu hướng tiến của đại đội, Thạch (Đại đội trưởng) giật mình cầm ống liên hợp, hỏi gấp:

- Thạch Thảo (danh hiệu truyền tin của Thiếu Úy Thạch) anh có làm sao không?

- Trình thẩm quyền vô sự.

Có tiếng nói lao xao bên đầu trung đội của Thiếu Úy Thạch (nghe qua máy truyền tin), tiếp tiếng la mừng rỡ của người trung đội trưởng:

- Trình đại bàng (người chỉ huy), thằng Xuân của tôi đã qua hào vào sát bờ thành, pháo đang nổ trên đầu nó, thẩm quyền bảo ông phở Bắc (pháo binh) ngưng đi để tụi nó leo lên.

Báo cáo được nghe tiếp với những lời nói đứt khoảng dồn dập lẫn trong âm động đạn súng tay, lựu đạn, đại liên, và pháo, cối từ phía Bắc bắn xuống yểm trợ đám bộ đội cộng sản..

- Thằng Xuân đã lên đến bờ tường rồi... Chúng tôi đã sang... bên kia... bờ hào nước... Tụi nó... tụi nó bắn ghê quá... Lên... lên... đi.

Không đợi nghe hết lời báo cáo, Đại Úy Thạch đứng sống dậy hét to:

- Xung phong.. xung phong!

Cổ Thành Quảng Trị. Tháng 9/1972

Tất cả đại đội vụt chạy nhanh qua chiếc hào thành đã cạn nước vì đất đá hai bên đổ xuống. Những người lính đồng thanh hòa theo lời hô của viên đại đội trưởng...

- Xung phong! Xung phong!

Những thân người ngã xuống vật vã trên gạch đá tan vỡ, máu tươi rói bắn ra tia thấm đẫm bạt vào người bên cạnh. Không biết ai trúng đạn, ai còn sống - khoảng cách quá gần và trời quá tối - những người thóat đạn xốc tới...

- Xung phong.. xung phong!

Cùng lúc, phía tây-nam, đại đội của Đại Uy Định (Định *"con"*, để phân biệt với Đại Tá Định, Lữ Đoàn Trưởng 369) thuộc Tiểu Đoàn 6 TQLC khi nghe tiếng hô rền từ cánh quân bạn cũng đồng bật dậy, bỏ vị trí xốc tới.

- Xung phong... xung... xung phong!

Giữa bóng tối mù mịt, qua ánh chớp đạn pháo binh địch, và lóe sắc của lựu đạn đánh cận chiến, bóng hình người lính Thủy Quân Lục Chiến ào lên, thấp thoáng, vùn vụt trên những khối đen của dãy tường thành loang lổ chập chờn lửa dậy.

Bốn giờ sáng, trời vừa hừng đông, được tăng thêm độ sáng do đạn lửa của pháo, hỏa tiễn cộng sản bắn tràn lên vị trí để các đơn vị bộ đội địch tháo chạy, những người lính Thần Ưng (TĐ6), Sói Biển (TĐ3) hoàn toàn làm chủ, tràn ngập trên bờ thành phía Nam; về phía Đông, khu trách nhiệm của Tiểu Đoàn 8, Tiểu Đoàn Trưởng, Trung Tá Nguyễn Văn Phán vượt lên tuyến đầu đích thân thúc quân ép sát vào bờ thành bởi nhận ra sức chiến đấu của đám lính cộng sản cố thủ yếu dần, đang thất thần tìm đường lẩn trốn trước đợt tiến công dồn dập uy mãnh của lính miền Nam; những tên không tháo chạy được đồng bị thanh toán tại hầm bằng lựu đạn, hoặc súng tay bắn với khoảng cách gần nhất, đạn xuyên vào da thịt người nghe lụp bụp, thân người nẩy ngược lên.

Hướng chính Tây, mặt tấn công của Tiểu Đoàn 2 cùng Thiết Đoàn 20 Chiến Xa, lực lượng xung kích ào vào chân thành như thác lùa, lũ lớn theo những khoảng vỡ đổ của bức tường thành nay đã biến dạng nên thành khối hình ngổn ngang chồng chất, lính "Trâu Điên" xốc tới như tên hiệu đơn vị - những con trâu trong cơn phẫn nộ hung hãn - đánh phục thù cho trận lui binh oan nghiệt cuối tháng Tư mà họ đã tận mặt chứng kiến.

Đến chiều 14 tháng 9, lực lượng Thủy Quân Lục Chiến kiểm soát toàn phần bờ thành, khu vực phía Nam, chia quân lục soát những khu hầm nhốt tù (do người Pháp xây dựng đầu thế kỷ) mà sau này, trước tháng 4, 1975, Tiểu Khu QuảngTrị, Bộ Tư Lệnh Sư Đoàn 3 Bộ Binh đặt trung tâm hành quân; đám lính cộng sản ném súng, lội sông Thạch Hãn tháo chạy về phía Bắc như đàn vịt nháo nhác trên khoảng sông phơi đáy cát. Một chiếc L19 (máy bay quan sát) bay lờ lững trên cao, anh phi công tinh nghịch rà xuống sát mặt nước, bắn ra trái đạn khói, những tên lính cộng sản chạy trốn hốt hoảng đưa tay đầu hàng, đứng ngơ ngác trên giòng sông mờ đục trống trải.

Ngày 14 tháng 9, lần đầu tiên sau 48 ngày, đêm, Đại Úy Thạch, Đại Đội Trưởng Đại Đội 3, Tiểu Đoàn "Sói Biển", đơn vị tiên phong của đợt đột kích dứt điểm cổ thành được ngủ một giấc dài vì đôi giày đã được cởi ra. Nhiều người lính của mặt trận Quảng Trị cũng được "hạnh phúc" nhỏ bé tầm thường tội nghiệp này. Sáng hôm sau, ngày 15 tháng 9, 1972 từ căn hầm phòng thủ nơi đặt ban chỉ huy đại đội, qua lỗ hổng, Thạch thấy rừng rực lá cờ Vàng Ba Sọc bay uy nghi trong gió sớm lẫn màn khói đạn, bom chưa tan hẳn. Anh thấy cay cay trong mắt với cảm giác nôn nao thầm lắng... Cảm xúc từ rất lâu anh không có - Cảm giác muốn khóc về một điều bi phẫn. Thạch nhìn quanh, những người lính đồng có sắc đỏ sẫm ươn ướt nơi tròng mắt. Những khuôn mặt chai cứng, hư hao, loang lổ lấm láp khói đạn, bụi đất đồng duỗi ra theo độ sáng của ngày với vẻ kiên nghị kiêu hãnh xen lẫn đau đớn kìm giữ.

Thạch nhìn xuống những xác binh sĩ đồng bạn mới đem về, nằm bó gọn trong những poncho phủ bụi đất, bê bết máu. Anh lơ đãng nghe báo cáo về số lượng vũ khí sơ khởi được tịch thu, đâu khoảng hai tấn rưỡi, phải cần một GMC mới chở hết.

Nơi Trung Tâm Hành Quân Bộ Tư Lệnh Tiền Phương Quân Đoàn I ở thành Mang Cá, Huế, Trung Tướng Ngô Quang Trưởng cất chiếc nón sắt đã đội suốt từ bao ngày đêm. Người chỉ huy chiến trường ngồi lặng im rất lâu. Nét mặt không gợn nét, đổi sắc. Ba mươi năm sau, báo chí Mỹ, cho dù tờ báo khách quan; hoặc giới học giả, nghiên cứu đứng đắn, nghiêm chỉnh khi viết về lịch sử, quân sử Việt Nam (giai đoạn sau Mậu Thân 1968, trước Hiệp định Paris 1973) đã không hề có một giòng chữ ngắn đối với chiến công lẫm liệt kể trên. Phim ảnh, truyền hình, sách, báo chí Mỹ của hệ thống thông tin đại chúng Mỹ đã trút lỗi lầm thất bại, gánh nặng *"hội chứng Việt Nam"* lên lưng người lính Việt với lý luận hàm hồ chung nhất: *"Quân Lực Việt Nam Cộng Hoà không chịu chiến đấu dù rằng người Mỹ đã góp nên trị giá 58,000 người chết và hơn 100 tỷ đô la trong cuộc chiến với cộng sản Việt nam".*

Những kẻ này đã không hề biết đến (hoặc cố tình không biết) những số liệu: 587 Tù binh Mỹ và người nước ngoài (gồm một binh sĩ Đại Hàn và hai binh sĩ Thái - Số liệu của Ban Liên Hợp Quân Sự do chính bản thân người viết làm báo cáo là 585) trao trả theo điều khoản của Nghị Định Thư Tù Binh - Hiệp Định Paris gồm 473 nhân viên quân sự thuộc thành phần phi hành đoàn của những phi cơ bị bắn hạ trên lãnh thổ Bắc Việt kể từ khi Mỹ bắt đầu oanh tạc miền Bắc do cớ sự vụ tàu Maddox (tháng 8, 1964). Hiệu số của 585 và 473 là 112, trừ thêm số 3 quân nhân có quốc tịch nước ngoài kể trên, ta có con số:

109 NGƯỜI LÀ TỔNG SỐ TÙ BINH MỸ BỊ BẮT Ở MIỀN NAM, GỒM THƯỜNG DÂN, NHÂN VIÊN TÌNH BÁO, CỐ VẤN CƠ QUAN BÌNH ĐỊNH, VÀ QUÂN NHÂN BỘ BINH MỸ.

Trong khi ấy phía Việt Nam Cộng Hòa trao trả về phía cộng sản 26,508 nhân viên quân sự và nhận về 5,081 người lính từ binh nhì đến cấp đại tá. Cơ sở Rand Mc Nelly xử dụng trong Chronicle of 20th Century còn cho thêm số liệu, 924,048 lính cộng sản bị tử thương ở chiến trường.

Từ những chứng số kể trên (do những cơ quan thống kê - chắc chắn không do cảm tính với chính phủ, quân đội VNCH - nếu không nói là ngược lại) chúng ta có thể kết luận với mức độ chính xác nhất:

Trong suốt chiến tranh Việt Nam từ khi bộ binh, thủy quân lục chiến Mỹ lâm chiến - cuộc hành quân Starlight, Tháng 5, 1965 đến 27 Tháng 3 năm 1973 - bộ binh Cộng Sản hoàn toàn né tránh các đại đơn vị bộ chiến Mỹ. Nếu có đụng độ chăng chỉ là những đơn vị cấp đại đội; phía Mỹ bị thương vong phần

lớn do bị đánh mìn bẫy, phục kích, phòng không, pháo kích.

Số lượng 924,048 bộ đội cộng sản tử thương; 26,508 tù binh bị bắt đổi lại 5,081 người của VNCH (chưa kể số lượng 200,000 cán binh cộng sản đầu hàng quân đội VNCH tại trận địa, hồi chánh chính phủ VNCH với nhiều hình thức, tại nhiều địa phương, trong nhiều trường hợp) đã xác chứng:

Quân Đội Việt Nam Cộng Hòa Là Đơn Vị Chủ Động Chiến Trường Do Đã Kiên Cường Chiến Đấu Và Uy Hùng Chiến Thắng Trên Chiến Địa.

Khẳng định như thế để cùng nhau hiểu tận một điều đau đớn: Ngày 30 tháng 4 năm 1975 là một bi thảm phẫn uất suốt giải quê hương - nỗi oan khiên chung của toàn Dân Tộc Việt Nam. Nhưng đây là đề tài thuộc về những biên khảo khác.

Để kết luận, ta thử tìm so sánh. Trong đệ Nhị thế chiến (1939-1945), nười Đức bao vây Stalingrad 76 ngày; người Mỹ giữ Bataan trong 66 ngày, Corregidor 26 ngày; quân lực Anh và Khối Thịnh Vượng Chung tử thủ Tobruk trong 241 ngày; phải mất đến bốn ngày kịch chiến, một trung đội thuộc Trung Đoàn 28/Sư Đoàn 5 TQLC Mỹ mới dựng được ngọn cờ oai dũng Sao và Sọc lên đỉnh núi Suribachi của Đảo Iwo Jima. Và gần gũi nhất, ở Việt Nam, Điện Biên Phủ thực sự bị bao vây 56 ngày dưới sức công phá của những sơn pháo 75 ly, và đại pháo (Trung Cộng) tương đương 105 ly.

Những trận đánh để đời của quân sử toàn cầu này có là bao so với Quảng Trị, từ 27 tháng 7 đến 14 tháng 9 là 48 ngày, và nếu kể từ ngày 7 tháng 7, lúc Tiểu Đoàn 7 Dù vượt qua Ngã Ba Long Hưng, vào cách Chi Khu Mai Lĩnh 300 thước thì mặt trận thành phố

Quảng Trị thực sự đã kéo dài trong 68 ngày. Trong 68 ngày ấy, lực lượng bộ chiến gồm bốn tiểu đoàn Dù (5, 6, 7, 11) trong giai đoạn đầu; hoặc tám tiểu đoàn TQLC, một liên đoàn BĐQ, và một thiết đoàn chiến xa của giai đoạn 2.

Trong 68 ngày đó, chỉ riêng 48 ngày của Thủy Quân Lục Chiến, những người lính quân đội Miền Nam đã phải chiến đấu liên tục trên một chiến trường dài hai cây số năm trăm thước từ ngã Ba Long Hưng, ngõ vào Thị Xã Quảng Trị đến sát bờ sông Thạch Hãn, và bề ngang một cây số hay một ngàn thước - Những con số này phải viết chính xác để nói đủ về một chiến trường hẹp cứng, gai góc vượt hết ý niệm chiến trận - Chiến trường có diện tích *Hai ngàn năm trăm thước vuông* đó đã được 15 tiểu đoàn bộ chiến bao vây, quét sạch từng thước đất, phải nói từng tấc đất, nếu muốn giữ độ chính xác trong 68 ngày.

Trong 68 ngày này, sáu tiểu đoàn pháo của hai Sư Đoàn Dù và Thủy Quân Lục Chiến, dàn hải pháo Hạm Đội 7 đã bắn bao nhiêu trái đạn? Phi cơ chiến đấu Mỹ từ Chu Lai (Quảng Tín), Đông Tác (Tuy Hòa), Guam, từ Hạm Đội 7; phi cơ Việt Nam từ Đà Nẵng đã đánh bao nhiêu bom xuống khu vực cổ thành?

Trong 68 ngày, bao nhiêu cân bom, trái phá đã rơi xuống trên mỗi phân đất của thị xã chiều dài không quá 15 phút Honda ấy?!

Quảng Trị! Muốn được kêu lên một tiếng, muốn nhỏ xuống giòng nước mắt - Thành phố quê hương là Thánh Địa chịu nạn cho hết tai ương nhân loại - Không một nơi chốn nào trên địa cầu này phải chịu đựng cảnh huống điêu linh khốc liệt bằng vùng đất gọi tên Quảng Trị, thị xã có khối Cổ Thành Đinh Công Tráng.

Không Một Dân Tộc Nào Nên Sức Chịu Đựng So Cùng Dân Và Lính Ở Việt Nam.

Viết để Nhớ Người Sống, Chiến Đấu và Chết ở Quảng Trị. Tháng 9, 1972.

(1): Hành quân Lam Sơn 719 vùng Nam Lào, có mục tiêu cắt đứt đường tiếp vận Bắc-Nam của hệ thống hậu cần bộ đội cộng sản (Khai diễn 8 tháng 2, 1971).

(2) Tu Chính Án do Frank Church và John S.Cooper đệ trình Quốc Hội Mỹ (1970) cấm bộ binh Mỹ tham chiến Campuchia; không quân Mỹ không được hoạt động ở Đông Dương.

(3) Vietnam A History, Stanley Karnow, Penguin Books NY, 1984, (p. 544).

(4) Trần Văn Đỉnh, National Geographic, November 1989

(5) Mai Hòa – "Sư Đoàn I Trở lại Bastogne", Diều Hâu, Sàigòn, số tháng 5, 1972

(6) Khóa 16 Trường Võ Bị Quốc Gia, Tiểu Đoàn Trưởng; Lữ Đoàn Phó Lữ Đoàn 147 TQLC, tự sát với chiến hữu 29 tháng 3, 1975 tại bãi biển Mỹ Khê, Đà Nẵng.

Xung phong đánh chiếm Cổ Thành.

CHƯƠNG 8

NGƯỜI LÍNH VIỆT NAM, MỘT NHIỆM MẦU

Chiến trận vẫn tiếp diễn, tôi lại bị kẹt trong một guồng máy tầm thường hèn mọn, phải bị trói chân, buộc tay, hằng ngày dẫn một Đại Đội Địa Phương Quân đi chặt ô rô, cóc kèn, dừa nước, phải liên lạc, nhận lệnh từ những sĩ quan đặc ước cựu binh sĩ, Hạ sĩ quan của quân đội thuộc địa, những *"cấp chỉ huy"* sáng giá, những Tỉnh Trưởng, Quận Trưởng mà chủ đích của công việc là làm sao "vồ" được một số tiền trước khi đổi đời, lộn giống...

Trong tầm thường cay đắng này, tôi cứng người vì hổ thẹn cùng nỗi uất ức điên cuồng lặng lẽ. Hết, phải giã từ những chiến hữu hào kiệt, phải giã từ những chiến trận mịt mùng lửa dậy, phải giã từ ngày căng thẳng giữa hai cọc sống - chết và đêm nóng đỏ của hơi bom rát mặt...

Ngày ngày ngâm chân xuống bùn sâu của những kinh rạch chằng chịt vùng Bến Lức, Long An, đêm dẫn bẩy người lính nằm phục kích trên bờ ruộng, tôi nhìn sao, nhìn trời, nhìn cơn gió và ánh nắng, tưởng nhớ đến những nơi xa, nơi chiến trận trùng trùng giăng kín những người quen hay không quen ngã xuống trong mỗi giờ qua, mỗi ngày tàn.

Tiểu Đoàn 11 Dù ở Quảng Trị vừa chết thêm một Đại Đội Trưởng - Nguyễn Phúc Long, Đại Đội Trưởng chỉ huy, như thế có nghĩa là pháo đã tăng cường độ, tăng rất cao, rất mạnh. Tiểu Đoàn 3 Dù chết anh Thiếu Úy Thủ Khoa, một khóa Sĩ quan Trừ bị, cựu sinh viên luật từ Pháp về, con một ký giả, cựu Thủ Hiến, một Trưởng Hướng Đạo.

Tiểu Đoàn 3 Dù nằm dưới Mỹ Chánh, vậy là chiến trận đã trở chiều. Rồi chiến trường Quảng Ngãi tăng cường độ. Bạn tôi, Lê Văn Nghĩa, Chi Đoàn Trưởng chiến xa lừng lẫy 1-4 mất tích ở mặt trận Quế Sơn.

Mất tích hay chết? Đau biết mấy!

Tháng trước Nghĩa vào Sài Gòn chạy đôn đáo để tìm tôi... *Tìm tao làm gì hở Nghĩa, phải chăng mày biết điềm đi khuất nên tìm kiếm để giã từ!* Ôi, bạn thân thiết của một đời mà bao nhiêu năm không gặp, lúc có thể gặp lại thì đời đã đóng cửa biệt ly.

Đau. Cảm giác đau đớn rì rầm soi mòn cơ thể trong tháng ngày tiêu hao làm tôi gẫy đổ từng vụn nhỏ. Ở vùng II, Tiểu Đoàn Biệt Động Quân của Ngô Văn Mai, Tiểu Đoàn giải phóng Bồng Sơn đang kêu gọi tôi đến, hăm hở sửa soạn chuyến đi dài với Biệt Động thì chiếc cùm cứng nặng đã gông vào quanh cổ, làm gì đây?

Giữa đám mây, cơn mưa chợt đổ ào xuống khi chân ngập dưới bùn lầy rạch Rít, tôi ngẩng đầu nhìn hạt mưa mà gởi đến chiến trường bạn hữu nơi xa tiếng thét lặng căm chất chứa những cay đắng lẫn ngậm ngùi.

Rồi Thủy Quân Lục Chiến sau 27 tháng Bảy, thay thế Nhẩy Dù để *"dứt điểm"* cổ thành Quảng Trị. 12 giờ 45, ngày 25 tháng 7 tôi ở đấy, chứng kiến Tiểu Đoàn 5 Dù *"mớn"* bờ thành và *"dựng đại cái cờ,"* lời Đại Đội Trưởng Đại Đội 51/TĐ 5 Dù.

Gần hai tháng qua đi, Tiểu Đoàn 6 Thủy Quân Lục Chiến đổi 6 Dù, 3 TQLC đổi 5 Dù, 9 TQLC đổi 11 Dù, Trâu Điên (2 TQLC), Quái Điểu (1 TQLC) chận đường cửa Bắc ngang sông Thạch Hãn, những Tiểu Đoàn Mũ Xanh quá quen thuộc, quá gần gũi với những Nghiêm, Liễn, Tiền, Hợp, những bạn thân, đấy là chưa kể Tùng, Để, Phúc, Kim, Tống, những niên trưởng *"đúng chỉ số"* đã phải chịu bao nhiêu gian nan để bước chân vào nội thành, nơi tòa nhà của Tiểu Khu Quảng Trị...

Gian nguy, hình như danh từ này không đủ, không làm sao đủ được vì Cổ Thành là gì, nếu không phải là cục đá vuông với bề dài mỗi cạnh 500 thước, cao và dầy 5 thước - Mục tiêu được đo bằng số chính xác đó gồm trăm ngàn viên gạch ghép lại đã thấm bao nhiêu lít máu? Mua bằng bao nhiêu mạng người?

*Tổng Thống Nguyễn Văn Thiệu thăm Mặt Trận
Quảng Trị sau lần tái chiếm Cổ Thành 16/9/1972*

Thiếu Tướng John E. Murray đang choàng huy chương
vào cổ cho Chuẩn Tướng Bùi Thế Lân

*Tướng Bùi Thế Lân (phải) được tưởng thưởng huân
chương, sau 30 năm tại Hoa Kỳ.*

Bao nhiêu đời sống đã đánh đổi lấy bức thành rộng năm trăm thước vuông đó, bao nhiêu?

27 tháng 7 đến 15 tháng 9 là 48 ngày, và nếu kể từ 7 tháng 7, lúc Tiểu Đoàn 7 Dù vượt qua Ngã 3 Long Hưng vào cách chi khu Mai Lĩnh 300 thước thì mặt trận thành phố Quảng Trị thực sự đã kéo dài trong 68 ngày, 68 ngày với lực lượng 4 tiểu đoàn Dù (5, 6, 7, 11) trong giai đoạn đầu và 8 tiểu đoàn TQLC (giai đoạn 2) cùng một liên đoàn BĐQ.

Trong 68 ngày đó, đặc biệt là 48 ngày của Thủy Quân Lục Chiến, các tiểu đoàn của ta đã phải chiến đấu liên tục trên một chiến trường dài hai cây năm trăm thước từ ngã ba đường Lê Văn Duyệt, đường vào Trí Bưu đến Long Hưng, ngõ vào Quảng Trị, và ngang một cây số hay một ngàn thước - Những con số phải viết chính xác để nói lên một chiến trường hẹp cứng gai góc hết ý niệm chiến trận - Chiến trường có diện tích hai ngàn năm trăm thước vuông đó đã được 15 tiểu đoàn bộ chiến bao vây và quét sạch từng thước đất, phải nói từng tấc đất nếu muốn giữ độ chính xác trong 68 ngày.

15 tiểu đoàn hay 7,500 người phải đi qua 2,500 thước vuông, vậy mỗi người có bao nhiêu thước chiến trận? - Con số trung bình cho thấy 3 người lính có một thước vuông mục tiêu. Một thước vuông để tác chiến trong 68 ngày!

Quân sử thế giới trước và sau Quảng Trị, không còn một nơi nào, không thể có một chiến trường nào chật cứng đứt hơi bằng Quảng Trị, Việt Nam... Chắc chắn như thế. Trong 68 ngày đó, 6 tiểu đoàn pháo của hai sư đoàn Dù và Thủy Quân Lục Chiến đã bắn bao nhiêu trái đạn, dàn hải pháo của Hạm Đội số 7, phi cơ Việt Nam đã đánh 7 phi tuần xuống góc đông bắc cổ thành, mở đường cho Tiểu Đoàn 5 Dù ; 7 phi tuần gồm 14 phi xuất, một phi cơ trong một phi xuất đánh 12 trái bom từ 250 ký đến 500 ký...

Vậy trong 68 ngày, bao nhiêu bom đã rơi xuống trên mỗi phần đất của thành phố chiều dài không quá 15 phút Honda đó?!

Quảng Trị! Muốn kêu lên một tiếng nhỏ, muốn nhỏ một giọt nước mắt - Thành phố quê hương là thánh địa chịu nạn cho hết tai ương nhân loại - Không còn một nơi chốn điêu linh nào của địa cầu qua mặt nơi mang tên Quảng Trị. Không có một nơi nào.

Để kết luận, ta tìm một sự so sánh. Người Đức bao vây Stalingrad 76 ngày, người Mỹ giữ Bataan trong 66 ngày, Corregidor 26 ngày, quân lực Anh và Khối Thịnh Vượng Chung tử thủ Tobruk trong 241 ngày. Và gần gũi nhất, Điện Biên Phủ thực sự bị bao vây là 56 ngày.

Những cuộc bao vây và tử thủ lừng danh này được thực hiện bởi súng Sten, Mat 36, Garant, Carbin M1, loại vũ khí hàng đầu của Bộ Binh Mỹ, Bộ Binh số 1 của thế giới!!!

Những trận đánh để đời của quân sử thế giới đó có là gì so với Quảng Trị khi một anh Hạ sĩ nhất 17 tuổi, Trần Văn Rony của Tiểu Đoàn 6 Dù hạ gần 100 Cộng quân trong một ngày chiến trận... Dưới đất là cá nhân chiến đất khai triển tối đa, trên trời 1 pass B52 đi qua (sau 27 tháng 7, phi cơ Mỹ và B52 được lệnh đánh Quảng Trị) với 3 chiếc, một chiếc chở 42 trái bom 250 ký, 24 trái bom 500 ký, cùng đánh xuống trên diện tích không quá 500 thước bề dài...

Còn gì nữa không? Quả thật không còn đủ chữ nghĩa để nói hết *"nồng độ"* của chiến trường. Từ ngã tư Quang Trung - Duy Tân, nơi Tiểu Đoàn 6 Dù bàn giao lại. Tiểu Đoàn 6 TQLC đã mất hết 48 ngày để đánh đến vào góc thành Đông-Nam cổ thành Đinh Công Tráng - 48 ngày tác chiến dằng dặc thường trực trên trục tiến quân dài đúng 400 thước. 400 thước đầy chốt, chốt gồm một tổ 3, 6 hoặc 9 người, gồm đủ B40 và thượng liên, chôn cứng dưới những công sự chịu đựng được bom, chốt được bao bởi một hàng rào cối *"cơ hữu"* từ những chốt lớn đằng sau và đại pháo 130 từ Đông Hà, Bến Hải, Khe Sanh bắn xuống - Qua được một tấc đường, đến gần một điểm chốt là bò trên nỗi chết cụ thể như lớp đất đá ngổn ngang mà bàn tay chạm phải khi lần mò tìm kiếm lối đi... 400 thước cho 48 ngày tác chiến không dứt thở, còn điểm *"thông hơi"* nào của chiến trận để chiến sĩ ta chịu đựng khỏi đứt hơi.

Thế nhưng người lính đã sống còn và chiến đấu được, chiến đấu hào hùng hừng hực quyết tâm, 30 tháng 3 kể đến giờ này là 6 tháng hay 280 ngày đỏ lửa, người chiến sĩ ta có đêm nào ngủ được quá 4 giờ, bao lần bình yên cầm cái chén để từ tốn và miếng cơm nóng, người lính ta đã bắn bao nhiêu ngàn viên đạn, đã dựng mắt thức trắng mấy ngàn giờ... Cái thân thể gầy gò nặng dưới 50 ký lô mang bốn ngày thức ăn và gạo, một bộ áo quần, chiếc poncho, võng, 600 viên đạn XM16, 6 trái lựu đạn M26, 1 hỏa tiễn M72, nón sắt và khẩu súng - Tất cả khoảng 40 ký - 40 ký đè nặng trên tấm lưng gầy còm hẳn dưới xương sống trong 6 tháng để đi qua vực thẳm của nỗi chết trùng trùng. Người lính còn là "nạn nhân" thụ động đến độ thê thảm của trò chơi chính trị được cò kè mặc cả ở những căn phòng kín cửa.

Đưa bàn tay chỉ còn một ngón, người sĩ quan của Trung Đoàn 57 Sư Đoàn 3 chỉ vào tượng Chúa ở ngực để nói:

Tất cả những điều tôi nói là sự thật - Đầu tháng Tư trấn giữ ở phía bắc Đông Hà chính mắt tôi thấy 6 khẩu đại bác của Bắc Quân khai hỏa ở Ngã Tư Sòng (Gio Linh) cách tôi không đầy 3 cây số, phi cơ Mỹ được gọi tới và đánh cách mục tiêu 12 cây số... Khẩu đội đại bác Bắc Quân để sát cạnh đường vào làng Kim Môn dưới chân đèo Ba Dốc, những điểm địa hình quá dễ nhận trên địa thế, vậy không có một lý do nào bảo tôi nhầm lẫn chấm sai mục tiêu cả 12 cây số!

Và rõ ràng nhất là ngày 25 tháng 7, ngày Tiểu Đoàn 5 Dù bám được bức tường đá Cổ Thành Quảng Trị, chỉ có mỗi phi cơ A37 của Không Quân Việt Nam yểm trợ cho đến 12g45, khi Nguyễn Tấn Sĩ thúc lính bò lên thành, buổi chiều Không Quân Hoa Kỳ can thiệp, dội bom nội thành - Kết quả vì hai trái bom đánh nhầm, Tiểu Đàn 5 mất đà, khựng lại và dội ngược... Sư Đoàn Dù trống ngã bến Chùa, đường qua sông Thạch Hãn về Nhan Biểu, Ái Tử - Đường tiếp vận của Bắc quân... 9 tiểu đoàn Dù chỉ vừa đủ rải dài từ Mỹ Chánh đến Quảng Trị, từ đường chiến thuật 556B ra đến quốc lộ một lữ đoàn để chặn con đường Ái Tử - Nhan Biểu - Cổ thành là ước vọng tha thiết của Bộ Tư Lệnh Sư Đoàn Dù hay cũng chính của Tướng Trưởng... Ước vọng được căng dài trong 2 tháng không thực hiện! Thế nên dù Tiểu Đoàn 5 Dù là tiểu đoàn hàng đầu của binh chủng, Tiểu Đoàn 6 Dù là tiểu đoàn đã làm phép màu ở An Lộc, hai tiểu đoàn này có gồm những người lính đúc bằng thép cũng không thể dựng cờ Cổ Thành, không thể nào dựng được trong những điều kiện thuận lợi tái người như đã nói. Vậy bám được bờ thành như buổi sáng ngày 25 tháng 7 đã là một chiến công kỳ diệu. Chỉ có thể làm được với Tiểu Đoàn 5 Dù, Tiểu đoàn đã khai sinh 6 ông Tướng ; Tướng Trưởng khởi đầu võ nghiệp huyền thoại cũng ở Tiểu Đoàn 5 Dù.

Người Lính Việt Nam đã chiến đấu và tồn tại như một nhiệm mầu. Trên mầu nhiệm bình thường lặng lẽ này Tổ Quốc điêu linh thở từng hơi ngắn đớn đau nhưng bền bĩ... Chữ nghĩa hoàn toàn vô nghĩa trước chân dung bi tráng hùng vĩ của người và quê hương.

Việt Nam Tháng 10, 1972.

Phan Nhật Nam bên bờ sông Thạch Hãn.
Tháng 3/1973

chương 9

Đêm trên bờ Thạch Hãn

ịnh mệnh, phải gọi sức mạnh bí ẩn và linh thiêng đó thêm một lần. Phải, chỉ định mệnh mới có thể xếp đặt, dàn xếp tất cả tai ương, hạnh phúc, địa ngục, thiên đàng cho con người. Những sự kiện kinh hoàng nhất đã xẩy đến, những thống khổ đọa đầy nhất đã hiển hiện, tất cả tàn khốc chất ngất chiến tranh đã ào xuống trên

Quảng Trị, kéo dài qua Đại Lộ Kinh Hoàng trong mùa hè trước thì năm nay 1973, bắt đầu cho những ngày hè mới trên thành phố tan nát nhỏ bé này - Thành phố, chữ viết đến quá ngại ngùng... Vì đống gạch đá vĩ đại kia có phải là một thành phố không? - Trên đoạn đường số 1 mà chỉ 365 ngày trước đây, hàng ngàn người đã nằm xuống với hiện thực của một địa ngục trần thế... 365 ngày đi qua, trên bụi cỏ còn vương dấu mảnh áo quần cháy nám của người chết, trên lớp cát xám lạnh theo cơn gió đôi khi thoang thoảng mùi thịt da chưa tan biến hết và hằng ngày, hằng giờ trên Quảng Trị, *"thành phố"* không tiếng nói, không nóc nhà, lũ chó hoang sục sạo tung hoành tìm kiếm mùi chủ cũ... Trên dấu vết mới tinh của mùa hè khốc liệt vừa qua, những ngày hôm nay, mùa Hè 73 là sân khấu để diễn ra một tấn kịch khác - kịch Hòa Bình - Bờ sông Thạch Hãn, nơi trao đổi tù vĩ đại của một nền hòa bình lạnh buốt sống lưng - Định mệnh, chỉ có sức mạnh siêu hình này mới giải thích được.

Máy bay đi qua An Lỗ, qua Phong Điền, qua Mỹ Chánh, trời mù sương nên trực thăng bay sát mặt đường... Tôi lại thấy cầu Dài, cầu Ngắn, thấy hỗn độn trên cát trắng cảnh chết của toàn thể con người mà dấu vết sau một năm dài vẫn còn hằng hằng trên màn mắt... Nhưng trước mặt, hai bên, trên chiếc trực thăng bây giờ tôi đang bị vây quanh bởi nón ông soa, nón cối, áo đại quân, áo tác chiến vải kaki Nam định và thuốc lá Điện Biên bay mùi khét...

Thượng Đế ơi! Phải chăng người muốn ném tôi vào một cơn đùa!? Hằng ngày đi bộ từ nơi của Nghiêm (Tiểu Đoàn Phó TĐ! TQLC), căn nhà lầu có lò gạch mà mùa Xuân Mậu Thân tôi đã đến ở và chiến đấu. Trí nhớ vận dụng tối đa cũng không thể xác định được nơi chốn đã một lần trú ngụ. Và Quốc Lộ 1, đường

Nguyễn Hoàng, đường Gia Long, trạm xăng xưa tôi và Mễ mua xăng theo lối *"ủng hộ,"* quán sách đối diện Cổ Thành, quán bún bò ở bờ sông... Tất cả chốn xưa mỗi ngày mỗi giờ đi qua vẫn không thể tìm ra dấu tích.

Quảng Trị ơi! Trái tim muốn vỡ tan dưới tiếng than im lặng. Và tôi lại đến ngồi ở bến sông, nơi tọa độ YD3. Lịch sự, hòa nhã, kiềm chế hết phẫn nộ, đè xuống hết tức tưởi. Thông báo cùng quý vị, thể hiện tinh thần hòa giải, thi hành nghiêm chỉnh Nghị Định Thư. Tôi phải đối mặt với một kẻ thù vẫn còn rất mới Ngày này, tại đây trong mùa hè năm trước. Trước mặt, Quảng Trị tan vỡ chập chùng qua lớp nước mắt vô hình.

Thương thân, thương bè bạn, thương người, thương thành phố. Nỗi thương mến mênh mông nhưng dày đặc, thương mến rộn rã đau đớn, thương mến ngất bồn chồn... Mỗi lần ngồi xuống chiếc canô chạy qua bờ Bắc Thạch Hãn, thấy lá cờ vàng phất phới trên điêu tàn - lòng trùng xuống, độ phiền muộn sâu như hố thẳm...

Đêm khuya, sương mù mịt, trăng lạnh dọi xuống giòng sông đang lách tách con nước về biển xa, nhìn phía núi nơi bạn thân đang co mình dưới hầm để qua cơn pháo tập trung từ Gio Linh đổ xuống. Đêm qua dần dần, ngày đến, trăng lặn vào nơi xa, màu vàng đục phiền muộn như nỗi uất ức... Ngày hết hẳn, trời sáng, lính và dân tập họp đầy ở bờ sông để đón *"anh em mình"* về và chứng kiến những phương thức biểu lộ *"đấu tranh cách mạng"* hạ cấp, cố chấp và bỉ ổi của lũ tù được trả về bên kia - Nơi không có con người...

Đứng trong đêm, nghĩ chuyện trong ngày để thấy bội phục vô vàn lòng cao cả và sức chịu đựng siêu đẳng của Người Việt Miền Nam - Những người lính vừa qua đêm dài dưới pháo nổ và người dân còn hẳn vết dấu kinh

hoàng - Quảng Trị, nơi họ chứng kiến lũ tù Cộng Sản đi qua thoảng tiếng tru của lũ chó hoang đi tìm chủ.

Lòng cố chấp và sự căm hờn, những khuyết điểm mà người viết dù ở hoàn cảnh nào cũng phải nên chối bỏ. Nhưng trong hoàn cảnh đau đớn này, phải cho tôi quyền phẫn nộ - Tính chất cần thiết để bảo vệ con người trước bạo lực. Cuốn sách đã hình thành trong cơn đau đớn, lần in thứ hai này người viết xin được gởi kèm theo một tình ý mới - Xin được coi như một vũ khí bảo vệ con người. Lời nói không phải mang tính chất kệch cỡm của một đại ngôn láo xược nhưng xin được nghĩ là sự cầu khẩn phát xuất từ một người Việt Nam trong hoàn cảnh bi thiết hào hùng - Hoàn cảnh của chính quê hương Việt Nam.

Một năm qua, những người lính được kể đến đã có nhiều biến đổi. Rất nhiều người thay cấp bậc

Quảng Trị hoang tàn, 1972

và chức vụ, nhiều người tạm biệt chiến trường và những người đã... chết. Bên cạnh đó, có những người sống lại, những người trở về và hỏa ngục Cộng Sản đã được xác nhận là một thực thể. Đồng thời những chuyến đi kế tiếp còn cho biết có rất nhiều trận lớn đã không được ghi nhận, như trận *"Quận Triệu Phong"* của Tiểu Đoàn 1 TQLC, trận đánh mấu chốt mở đường cho chiến dịch tái chiếm Quảng Trị - Quận đường Triệu Phong, chốt chận đường tiếp vận của Bắc quân từ phía bắc theo sông Thạch Hãn vào Quảng Trị. Thế nên, phải xin lập lại một lần câu tạ lỗi. Một cá nhân trong thời gian giữa các chuyến đi không thể nào có khả năng ghi nhận đủ toàn thể một cuộc chiến vĩ đại. Cuộc chiến vượt hết cả cuộc chiến lịch sử chiến tranh loài người.

Quảng Trị- Tháng 3-73

Trung Tá Nguyễn Phú Thọ (SĐ1BB), người giữ mặt trận Tây Nam Huế 1972

Mùa Hè Đỏ Lửa

Chương 10

Âm vọng của mùa hè

Câu chuyện có vẻ giả tưởng hoang đường quả hiện thực với Người Lính Viết Văn và khối bằng hữu vô vàn của anh khắp nơi trên thế giới. Từ một chốn đông đúc Người Việt như Orange County, nam Cali đến hải đảo Nanaimo xa xôi, cực Tây Canada, nơi chỉ có vài ngàn người Việt phân tán trên vùng đất hẻo lánh rộng bằng nửa nước Việt

Nam; hoặc từ cực Bắc bán cầu, Montréal, Vancouver Canada xuống địa cực phương Nam, Perth, Sydney, Melbourn... Nhưng những người Việt sống rải rác khắp địa cầu kia đã đồng tập họp do nguồn thúc dục cảm động: Lực bền bỉ thực lòng Bằng Hữu-Huynh Đệ. Họ cũng gặp gỡ, đến với nhau từ cố kết của CHỮ - Vật thể thừa thãi, vô dụng giữa cuộc tranh sống cực độ tàn nhẫn, khắc nghiệt nơi xã hội văn minh kỹ thuật Tây phương - Mà cho là người sinh quán bản địa cũng có phần coi thường, nghi hoặc.

Khối Người Việt tỵ nạn ấy cũng đến với nhau bởi nỗi thiết tha mong được Đối Thoại và Lắng Nghe: Năng lực, nhu cầu từ lâu bị nghi ngờ, phủ nhận, xuyên tạc, lợi dụng sau hơn hai mươi năm phiêu dạt, phân tán nơi đất người. Chữ Viết từ khổ nạn, Tiếng Lời cất lên giữa vũng tối vô tận Việt Nam qua Phan Nhật Nam đã được cổ vũ, hoà nhịp và hiệp thông. Sự kiện này hiện thực mối sắt son, giữ vững Sức Tự Tin dù đang trong cảnh mùa Đông điêu tàn mà toàn Dân Việt đang gánh chịu không đường bức thoát từ ngày 30 tháng Tư, 1975 - Đấy cũng là Lực Tự Tin của Mùa Hè lẫm liệt năm xưa - Buổi Dân-Quân Miền Nam nắm chắc vũ khí và oai hùng chiến thắng: Ngày Mùa Hè Đỏ Lửa, 1972.

Đi Về Phía Tây

Sau loạt thành công ở Orange County, San José, California trong những ngày 14 và 28 Tháng 6; Portland, Oregon 20-6; Seattle, Washington 21-6; Vancouver, BC 22-6 ở Canada. Bằng Hữu Tây Âu lên tiếng gọi. Anh tiếp tục lên đường. Và lần gặp gỡ tại Trung Tâm FIAP PARIS ngày 6 Tháng 7, 1997 là thành quả hãnh diện giữa Người Viết - Bạn Đọc qua tương quan Khổ Nạn Việt Nam mà Người Lính đã trung trực tường trình với Chữ Nghĩa – Tiếng Lời phát xuất từ Lòng Thành, Tính Thật.

Phòng Hội Sudasie, mang số 13 của trung tâm vốn chỉ được trù liệu với sức chứa 200 người, nhưng Ban Tổ Chức hôm ấy đã phải mở rộng cửa ra vào thông ra hai hành lang, sắp thêm ghế, điều động số lượng ghế dự trù của những phòng khác...100, 150, 200. Cuối cùng, những người đến sau phải chịu vị thế đứng suốt buổi nói chuyện.

Nhưng không hề gì. Người Bạn đã đến từ phương xa. Rất xa, bên kia bờ đại dương; nỗi khó khăn kia cũng không đáng kể vì mỗi người Việt Nam hằng chịu đựng mối khổ vô lượng, tràn bờ... Nào phải ai xa lạ? Chính là bằng hữu, anh em ta hằng hai mươi, ba mươi năm qua. Từ 1954, từ 1945, Người Lính-Viết Văn hầu như nhớ hết, biết đủ những người hằng mấy mươi năm không gặp. Những Lâm Văn Rớt, Nguyễn Hữu Chí ở nhảy dù; Quỳnh *"Lỏi"*; Mẫn *"Giáo sư "* của sinh hoạt đặc thù La Pagode, Sài Gòn trước 1975; với Nguyễn Trọng Chín, Nguyễn Văn Trượng của hơn bốn mươi năm trước nơi Phan Châu Trinh, Đà Nẵng. Gặp nhau là quý, biết ra còn sống sót là được. Kể gì ba chuyện lẻ tẻ, trước sau cũng y như là cách lính

Người lính Thủy Quân Lục Chiến tại Bộ Chỉ Huy Lữ Đoàn 369 TQLC, Quảng Trị 1973

Mùa Hè Đỏ Lửa

tráng, trẻ thơ 40, 50 năm trước. Không có một chút nhỏ thay đổi.

Có bạn chấp nhận việc cảnh sát câu móc, biên phạt chiếc xe đậu sái chỗ quy định trước cửa trung tâm thay vì rời khỏi chỗ ngồi, vì muốn được theo dõi liên tục đủ buổi nói chuyện của anh. Chi tiết nhỏ nhặt nhưng giúp hiểu tận lòng người thắm thiết.

Mở đầu, Người Tổ Chức Trung Tâm Nam Á, cơ sở xuất bản, phát hành đầu tiên, lớn nhất của công đồng Người Việt ở Paris, cả Tây Âu, khắp Châu Âu, Mai Trung Ngọc, đại diện Ban Tổ Chức trình bày mục đích buổi gặp mặt. Tất cả bắt đầu từ một lý do đơn giản, cảm động: Lòng TIN giữa những Người Bạn cho dù đã nhiều năm dài không gặp mặt. Lòng Tin ấy cần được củng cố khi Bạn bị vây khổn, bức hại, xuyên tạc, mạ ly. Lòng Tin phải luôn nung đốt, tăng cường khi Bạn đang tự nguyện nhận lãnh nhiệm vụ làm sáng tỏ Chính Nghĩa của Sứ Mệnh NGƯỜI LÍNH BẢO QUỐC AN DÂN, và Bổn Phận NGƯỜI VIẾT VĂN TUYÊN DƯƠNG SỰ THẬT-TÍNH THIỆN.

Mai Trung Ngọc đề nghị hứng khởi: Tất cả hội trường cùng đồng ca bài hát Phạm Duy bừng bừng xúc cảm... *Việt Nam! Việt Nam!* Tiếp theo, Hồng Kim Thảo, Chủ Biên báo Á Châu, người điều hợp chương trình Thúy Nga từ mấy mươi năm qua, cùng Mỹ Chi, khuôn mặt khả ái quen thuộc của sinh hoạt văn học nghệ thuật Paris giới thiệu nữ giáo sư Phạm Thị Nhung trong phần dẫn nhập nói về Người Lính Viết Văn từ thuở khởi đầu đến hôm nay, qua ba mươi năm Sống - Chiến Đấu - và Viết nên lời.

Hồng Kim Thảo có mặt trong buổi sinh hoạt hôm nay không phải chỉ thuần túy công việc của người thuộc ban tổ chức, cô đến với một nguyên do sâu kín hơn - Đây là cơ hội để nhắc nhở, nhớ về một người thiết thân vắng mặt: Người Anh đã bỏ mình cùng vận nước - Cố Trung Tá Hồng Bảo Hiền, Quận Trưởng Dầu Tiếng, Bình Dương, bạn đồng khóa với Mai Trung Ngọc, cũng là niên trưởng của Phan Nhật Nam từ một ngày cách đây ba mươi sáu năm.

Suốt năm tháng dài này họ không hề gặp nhau, thế nên, hôm nay Tình Bạn được kiểm chứng – Đấy là nguồn sức mạnh có tính bền bỉ chịu đựng được xói mòn thời gian, phôi pha khoảng cách, cách ly sống-chết. Đấy là mối liên hệ đơn giản nhưng sắt son giữa những Người Lính. Những người đã sống với nhau từ thuở ngày xanh, đến hôm nay vào tuổi già, tóc xám bạc. Nhưng, họ vẫn hồn nhiên đối với nhau như trẻ thơ. Cho bao xa. Dẫu bao lâu. Có điều chi xúc động bùi ngùi...

Nhìn ra bằng hữu mái đầu điểm sương. Tình Bạn kia cũng được xác định lại với Tôn Thất Tuấn, giảng sư Toán-Vật Lý Đại Học SUDRIA ESME. Anh và Tuấn xa nhau từ đầu thập niên 60, cách hai trời Đông-Tây, khác biệt hoàn cảnh. Nhưng Tuấn vẫn hằng bồi hồi theo dõi, sống cùng Bạn. Với mỗi Người Bạn - Người đang sống hay người đã chết... Đấy là Trần Trí Dũng, Tiểu đoàn 7 Nhẩy Dù chết trận Đồng Xoài năm 1965; là Đặng Ngọc Khiết, Biệt Kích Miền Nam bị xử tử hình ở chợ Ninh Bình năm 1964; và là Người Bạn đã bị bức tử giữa bóng tối đặc lềnh ác độc cầm thú nơi quê nhà do đại họa uất hờn oan nghiệt gọi là *"chế độ xã hội chủ nghĩa"* đang đè nặng lên đất nước: Anh Linh bất tử Trần Văn Bá, Chủ Tịch Tổng Hội Sinh Viên Việt Nam tại Pháp. Tuấn đã đi cùng Bá trong suốt ba thập niên (60-80). Tuấn đã sống cùng Bá với Nam hết chặng đường tuổi trẻ. Bởi, họ đã đồng thuận chiến đấu cho mục tiêu tối hậu: Không thể khoan nhượng đối với Sự Ác Độc-Điều Bất Công. Họ đã là, mãi là *"Hướng Đạo Sinh trung thành Tổ Quốc. Giúp ích Mọi Người. Tuân theo Luật Hướng Đạo".*

Ngày xưa, tuổi của hai người (Tuấn và Nam) cộng lại cũng chưa đủ nên thành người trưởng thành về mặt pháp lý, nay tổng số năm sống của cả hai đã vượt quá một thế kỷ. Nhưng giữa họ quả có thật điều sinh động bất biến: Tình Bạn cấu kết từ tuổi ấu thơ không lần nói ra.

Anh chia bài nói chuyện thành ba phần cụ thể, Thứ nhất, *"Tại sao Người Lính cầm bút trước 1975?"* Anh kể lại những cảnh đời đã sống, những biến động phải chứng kiến, những trận đánh đã tham dự... Và khổ nạn, sự chết không phải chỉ với mỗi người lính, một đơn vị quân đội, nhưng cùng khắp giăng giăng như cánh đồng cát bốc khói mù Miền Trung, vùng Hải Lăng, Quảng Trị rơi rớt co quắp những thây người cháy xám trong lửa ngày Hè, tháng 4, 5 năm 1972. Người Lính phải cầm bút vì vũ khí bất lực không khả năng giải thích và giải toả khổ nạn: *"Tại sao chiến tranh tàn nhẫn đến thế kia? Tại sao con người- Việt Việt Nam phải đau đớn, tan tác đến thế kia?"*

Và tiếp đến, để trả lời cho câu hỏi: Tại sao Người Lính tiếp tục cầm bút sau 1975? Sau đời dài sống - chết đúng một chu kỳ 12 năm, kể từ ngày ra trường Đà Lạt đến lúc tàn cuộc một phận người, cũng là lần tận diệt chung với Miền Nam: Buổi sáng 30 tháng Tư, 1975, nơi thềm Hạ Viện, Công Trường Lam Sơn, Sài Gòn - Thủ Đô một quốc gia vừa bị bức tử, xoá tên - Việt Nam Cộng Hòa. Tổ Quốc không chết riêng trong ý niệm chính trị, với những mục tiêu quân sự bị chiếm đoạt mà với từng người con yêu quý của Miền Nam anh đã cùng (cũng có thể là gọi là *"được"* theo nghĩa bi hùng mầu nhiệm) chứng kiến lần chết của mỗi anh em, của mỗi trẻ thơ, mỗi người già - mỗi con người và cũng của chính bản thân.

Này đây, chỉ cần tính từ trận chiến cuối bắt đầu từ ngày 10 tháng Ba, 1975 khi quân cộng sản bắt đầu chiến dịch tiến chiếm Miền Nam bằng những đơn vị cấp sư đoàn chính quy, mở màn trận Ban Mê Thuột. Bộ Tư Lệnh Quân Đoàn II xử dụng lực lượng cơ hữu còn lại, những tiểu đoàn bộ binh của hai Trung Đoàn 44, 46 Sư Đoàn 23 nhảy trực thăng xuống Phước An (Quận lỵ Tây-Nam Ban-Mê-Thuột) lập đầu cầu chiếm lại thị xã với những người lính nâng cao vũ khí hô lớn lời thề quyết tử: *Trở về giải phóng Bộ Tư Lệnh, Trại Gia Binh hay là chết.*

Cuộc trực thăng vận cũng gồm có những người lính không vũ khí - những người vợ lính theo chồng ra tiền trạm hành quân, nay bế con nhỏ trên tay hay cột chặt vào người, lên trực thăng, nói với chồng lời đơn giản: *"Đi đâu mẹ, con em cũng sống chết với mình..."* Nhưng qua quyết định của cuộc họp cao cấp ngày 14 tại Cam Ranh giữa những người gọi là lãnh đạo, tư lệnh Miền Nam, cuộc hành quân bị bỏ dở nửa chừng, và hậu quả tàn khốc cấp kỳ xẩy ra. Những thân tàu bốc cháy bởi đạn phòng không trên bãi đáp, xác người lính và vợ con họ bay tung trong không gian, giữa vũng lửa đỏ rực. Tiếp theo lần di tản tàn khốc dọc Tỉnh Lộ 7 về đồng bằng Tuy Hòa với thảm cảnh hai trăm ngàn con người, quân dân toàn bộ vùng Tây Nguyên với toàn bộ vũ khí, quân trang dụng xếp hàng, nối đuôi, chen chúc nhau trên quãng đường hơn ba trăm cây số mười năm không xử dụng.

Sư đoàn cộng sản đuổi theo, lực lượng địa phương cộng sản chận trước.. Đoàn quân bị cắt rời từng cụm, đơn vị lính bị đánh nát ra từng nhóm, và con người bị đạn pháo xé tung ra từng mảnh.. Những người già bị bỏ lại bên cạnh đường, lũ kiến rừng bâu nhanh vào ổ mắt; những đứa bé khiếp sợ đứng bên cạnh thây mẹ cha lềnh lầy máu, đứa em nhỏ khóc ngất trong tay chị tuổi vừa quá lên mười. Người bạn cùng khóa anh, chỉ huy chiến đoàn chiến xa, Trung Tá Nguyễn Cung Vinh vùng vẫy trong lòng xe, đang là một khối sắt bất động chìm dần xuống giòng sông Ba. Con sông lớn nhất miền Trung nay đã trở nên một giòng chảy chậm ngầu đục máu bởi xác người, vật dụng, khí giới, xe cộ làm tắc nghẽn.

Anh tiếp chứng kiến cảnh người chết trùng trùng nơi Bến Cá, ở bãi Tiên Sa - Đà Nẵng, những nơi chốn anh lớn lên với những người hầu như quen thân, đã thấy mặt. Biển Tiên Sa hai mươi năm trước hoang vu không bờ bãi, đứa nhỏ mười tuổi đầm đìa cảm xúc giữa đất, trời, mặt nước giao hòa, lung linh nắng sáng, hơi gió và bọt sóng, để hiểu ra nghĩa kỳ diệu cảm động khi con người hội nhập cùng vũ trụ, quê hương.

Ngày 29 tháng Ba, 1975, anh đứng nơi bờ biển Tiên Sa, cát dưới chân ứa thẫm, khô nhanh những vũng máu, thịt da con người vừa bức tử, bắn nát, xé vỡ. Trời gầm đau xuống thấp, biển trào nên lời kêu thảm khốc, và lớp sóng bạc đầu chuyển nên màu xám nâu sênh sếnh máu người, và thây kẻ chết trừng trừng nhìn lên đỉnh núi đóng mây tang trắng.

Chết tiếp trên từng hạt cát ở Cam Ranh. Chết lầy không khí nặng mùi gây tanh ở Cầu Đá - NhaTrang chỉ một ngày sau lần mất Đà Nẵng. Và cuối cùng ở Sài Gòn, trên bầu trời, sâu địa ngục Tân Sơn Nhất bắt đầu từ 1 giờ đêm 28 rạng 29 tháng Tư, dàn đại pháo, hỏa tiễn đặt từ Bà Điểm, Hốc Môn quyết

Đại úy Giang văn Nhân cổ thành Quảng Trị 15 tháng 9. 1972

Mùa Hè Đỏ Lửa

san bằng phi trường thành bình địa, chặt đứt hẳn đường di tản. Chiếc C119 Hỏa Long (do người phi công Nguyễn Văn Thành, biệt danh *"Thành Mọi"* - biết được sau này, khi đi tù) cố bay lên trời xanh, tác xạ xuống những vị trí pháo của cộng sản để bảo vệ Sài Gòn đang cơn hấp hối. Hành vi can đảm tuyệt vọng của Thành không thể cứu vãn được gì, chỉ sau vài vòng tác xạ, phi cơ anh bị cắt đôi bởi một hỏa tiễn tầm nhiệt SA7 bắn đâu từ dưới đất. Người phi công cố nhảy ra, nhưng chiếc dù kẹt nơi cửa thân tàu, rã cháy từng tàn đỏ rơi rụng thảm thiết giữa trời xanh.

Tổ Quốc và Không Gian. Từ đâu, do ai đã đặt nên Quân Hiệu cho Quân Chủng Không Quân với những từ ngữ mênh mang hàm súc này? Nhưng quả thật, Phi Công Nguyễn Văn Thành đã hiến tế thân xác thành ngọn lửa soi sáng một lần Không Gian, giờ Tổ Quốc lâm tử.

Anh tiếp chứng kiến phút lặng lẽ bi tráng của lần chết hóa thần dưới chân Tượng Đài Thủy Quân Lục Chiến trước Hạ Viện. Sài Gòn đang trong cơn âm động từ đám người đi hôi của, đập phá tìm kiếm đồ đạc ở những cơ sở Mỹ, cơ quan vắng người, nhà đóng cửa di tản, như vạn chiếc chày vồ đang đập xuống nắp áo quan. Tất cả bỗng dưng như lắng xuống bởi tiếng nổ nhỏ của viên đạn súng tay xuyên qua chiếc đầu, phá bung não sọ của người sĩ quan trung liệt – Trung Tá Cảnh Sát Nguyễn Văn Long.

Và cuối cùng, quả tình anh kiệt sức, quỳ xuống, ngồi bẹp lên lề đường, quờ quạng ngón tay lên thân thể tưởng như đang chạm tới từng mẩu thịt xương tơi tả của một Trung Đội Lính Nhảy Dù do Thiếu Úy Huỳnh Văn Thái chỉ huy mà chỉ mới phút trước nơi cổng vào Cư Xá Sĩ Quan Chí Hòa, lối đường Tô Hiến

Thành, Thái đã nói với anh lời quyết liệt... *"Em không đầu hàng, em dẫn trung đội ra bên Bạch Đằng kiếm tàu. Em và lính em không bao giờ đầu hàng!"* Nhưng Thái và những Người Lính không ra đến bến tàu, từ Đường Tô Hiến Thành, trung đội theo lối Nguyễn Tri Phương, và khi đến Bùng Binh Ngã Sáu Chợ Lớn họ đứng thành vòng tròn, hô tiếng lớn uy nghi: *"Việt Nam Cộng Hòa Muôn Năm!"* Và loạt lựu đạn nổ bùng với lời vĩnh quyết quê hương.

Cùng giờ ấy, ở cư xá Lê Đại Hành, Thiếu Tá Đặng Sĩ Vĩnh, sĩ quan của ngành tình báo đặc biệt, Khóa 1 Nam Định, bào đệ của gia đình bên nhà vợ Niên Trưởng Hà Thượng Nhân cùng con, Trung Úy Đặng Trần Vinh thuộc Phòng 2 Bộ Tổng Tham Mưu Quân Lực Việt Nam Cộng Hòa chậm rãi chấm dứt cùng lần ba thế thế hệ, ông, con, cháu với những liều thuốc độc. Người con kết thúc sau cùng với súng nhỏ bắn vào đầu sau khi đứng nghiêm chào vĩnh biệt tấm đại kỳ Cờ Vàng Ba Sọc Đỏ treo uy nghi trên tường nhà.

ANH PHẢI VIẾT NÊN CHỮ. ANH PHẢI NÓI NÊN LỜI DẪU VỚI SỨC LỰC CUỐI CÙNG CÒN LẠI, CÓ ĐƯỢC. BỞI KHÔNG LÀ MỘT TỘI RẤT LỚN- TỘI IM LẶNG ĐỐI VỚI NGƯỜI SỐNG LẪN KẺ CHẾT. ANH PHẢI NÓI.

Cuối cùng, từ lần hấp hối, tận diệt Quê Hương, qua tự chứng bản thân, anh tiếp đi 14 năm tù tội, đủ vòng lưu đầy theo chiều dài đất nước. Từ những trại tập trung Miền Nam đến cuối thung lũng lạnh sâu nơi núi rừng Tây-Bắc, từng đêm của 8 năm 7 tháng kiên giam, giữa vũng tối không cùng trùng vây thuộc hệ thống hầm cấm cố tử hình của chế độ lao tù cộng sản Hà Nội. Dần dần anh nhận ra, tìm thấy: Lý Chính Nghĩa của cuộc chiến đấu - Không phải chỉ riêng Người Lính cầm vũ khí, nhưng đấy là toàn Miền Nam.

Của cả Việt Nam khổ nạn. Nhưng bởi cuộc chiến đấu ấy bị thất bại, Dân Tộc phải gánh chịu họa đày ải trầm kha tận sâu tủi nhục, biến tướng thành kẻ "tiện dân" trước cộng đồng thế giới; nguồn giải trí tàn tệ, mục tiêu hủy diệt không thương xót đối với những sắc dân láng giềng tầm thường, thô lậu vùng Đông Nam Á. Biển Đông hóa nên nghĩa địa nổi bồng bềnh, lềnh đặc xác sáu trăm ngàn con người - Những Người Việt Nam không còn Người Lính Bảo Vệ.

Từ đấy, anh xác chứng đối tượng tối cần thiết để DÂN TỘC TỒN SINH, không phải ai khác: Người Lính Quân Lực Việt Nam Cộng Hòa - Đội quân bị cả thế giới báo chí, chính quyền phương Tây ra sức xuyên tạc, hạ nhục. Quân Đội bị bội phản từ trong đường phố Sài Gòn biểu tình hỗn loạn; trên diễn đàn Quốc Hội với những dân biểu mệnh danh *"đối lập"*, thực chất chỉ là đám *"trí vận, chính trị vận"* được trả giá rẻ, nhận lệnh từ T4, cơ quan tổ chức, điều hành tình báo, phản tình báo của Thành Ủy Sài Gòn; cũng từ Bộ Tổng Tham Mưu, nơi có những viên tướng, những cấp tá nằm vùng dầy đặc giữ mọi chức vụ then chốt. Quân đội đó phải thất trận bởi *"ông đại tướng thủ tướng, tổng trưởng quốc phòng, kiêm tổng trưởng nội vụ"*; đồng *thời "chủ tịch hội đồng an ninh quốc gia"*; chưa kể chức *"tổng bí thư đảng dân chủ"*, đảng cầm quyền gồm quân dân cán chính toàn Miền Nam.

Tất cả chức vụ quyền thế tột bực này phút chốc đồng bị vất bỏ như một món đồ quá hạng vô dụng. Ông *"quyền chức"* này biến mất. Không một lời từ biệt với quân đội - Tập thể đã đổ máu xương để ông ta nên danh phận! Và cuối cùng, quân đội đó bị bức tử. Phải bị chết sống ngay tại Dinh Độc Lập, nơi chiếc đầu tính toán, trên miệng lưỡi lu loa của một *"ông tổng thống"* xử dụng rặt một đám *"cố vấn"*, nguyên cán bộ tình báo chiến lược nhận lệnh trực tiếp từ Ban Tổ Chức Bộ Chính Trị Trung ương đảng cộng sản Hà Nội.

Ông tổng thống đặt phương trình cứu quốc, giữ nước với những con số: *"Ngày trước mỗi năm có được một tỷ rưỡi đồng đô-la thì giữ bốn quân khu; nay chỉ còn 700 triệu thì phải di tản khỏi Tây Nguyên, bỏ Vùng I!"* Nhưng Quân Đội ấy, cuối cùng, tận đáy vực thống nhục, nhận được xác tín từ Quốc Dân - Chính họ là tập thể hằng thực hiện Sứ Nhiệm Cao Quý: BẢO QUỐC AN DÂN. BỞI KHI NGƯỜI LÍNH QUÂN LỰC VIỆT NAM CỘNG HÒA VẮNG MẶT, DÂN TỘC VIỆT ĐỒNG THỜI CẠN KIỆT HY VỌNG TỒN SINH, KHẢ NĂNG HỒI PHỤC.

Người Lính Viết Văn phải tiếp tục cầm bút để nói về Sự Thật tận cùng này. Anh kết luận: Phải, chính Chúng Ta, Quân - Dân Miền Nam là Kẻ Thắng Trận - Người Thắng Trận Chính Nghĩa - Trận Chiến Lớn của giòng đấu tranh không đứt đoạn, thực hiện mục tiêu cao cả mà chỉ nơi biên giới sống - chết, của lần chọn lựa cuối cùng, DÂN TỘC VIỆT hằng hiện thực với chính thân phận mình, bằng xác thân mình: CHẾT HOẶC SỐNG TỰ DO.

Hai triệu người rời bỏ Quê Hương với giá máu 600,000 người chết trên đường di tản để thực chứng điều sắt son nhiệm mầu này. Thế nên, Người Lính-Viết Văn luôn trên đường đi. Cuộc Chiến Đấu phải được tiếp tục.

Buổi sinh hoạt chỉ kết thúc sau khi kéo dài hơn thời lượng trung tâm ấn định gần một giờ, để lại trong lòng người nghe ấn tượng sâu đậm: *Hóa ra khổ nạn quê hương lớn lao như thế, kinh hoàng thế kia mà chính mỗi người trong chúng ta đã một lần chứng kiến và tham dự với nỗi đau từng ngày hiện sống Việt Nam.*

Trong khối đông người ngày hôm ấy trong phòng hội FIAP không thiếu những người đã rời khỏi nước hằng ba mươi, bốn mươi năm qua hoặc lâu hơn thế nữa. Những người đã *"Tây phương hóa"* trong tất tất cả ngôn ngữ, hành vi, ý niệm. Nhưng tự đáy sâu tâm thức, tiếng vọng Việt Nam vẫn vô hồi tồn tại. Người Lính Viết Văn khuấy động tầng tầng đã rất lâu im lặng ấy. Những giòng nước mắt đã không thể che dấu để mặc tình tuôn chảy cho dù đã là lão niên cách biệt quê nhà từ giữa đầu bán thế kỷ: Bà Phạm Thị Hoàn, ái nữ của Cố Học Giả Phạm Quỳnh, hiền nội ông Lương Hoàng Châu, nghệ sĩ vĩ cầm trác tuyệt của sinh hoạt nghệ thuật Paris hằng mấy mươi năm qua. Trường hợp Bà Phạm Thị Hoàn là điển hình mối xúc động của bao thế hệ người Việt trào dâng theo mệnh nước nổi trôi dẫu cách xa bao nhiêu đoạn đường, lâu dài bao nhiêu năm tháng với quê hương. Chiều ngày Hè rực rỡ Paris bỗng nhiên lắng xuống ngậm ngùi.

Thành công Paris thúc dục những người Bạn đất Anh mau chóng đưa anh vượt Eo Calais theo đường hầm Biển Manche, chặng hai mươi sáu của ba mươi mục tiêu Bằng Hữu Thế Giới.

Có cảm giác bồn chồn xảy ra khi đến nơi cuối trời, tận cùng một đại lục - Cảm giác đối mặt với đại dương và con người hẳn nhiên thấy mình nhỏ lại, nhưng đồng thời cũng mở ra nguồn cảm động hân hoan - Ta là người còn lại sau vô vàn biến cố. Ta là người sống sót của bao nhiêu người đã chết. Cảm xúc bắt đầu hình thành từ ngày thơ khi đứng trước

10 giờ sáng Ngày 16/9/1972, chiến binh TQLC đã dựng lá Cờ Vàng Ba Sọc Đỏ trên cổng tường phía Tây Cổ Thành Quảng Trị, biểu tượng cho lần toàn thắng của QL.VNCH trong cuộc tổng phản công tái chiếm Cổ Thành Quảng Trị.

biển, lần anh chưa biết gì, chỉ là đứa nhỏ năm, ba tuổi. Và tiếp theo tuổi trưởng thành với chiến tranh không lần ngưng nghỉ, và tiếng súng, sự chết, lại là dấu hiệu, tác động đầu tiên lên trí nhớ. Hóa ra, anh là người còn lại sau vô tận bom đạn, nhận chịu muôn vàn thống hận. Được sống đối với anh, thật như một ÂN HUỆ xót xa. Anh nhìn mũi Dunkerque. Tưởng ra Người Lính đã chết - Những người Lính vô danh của tất cả binh đội thế giới, chết bởi một trò chơi tối thậm tệ vô ích, rất mực tàn nhẫn phí phạm mà con người luôn oan nghiệp dựng nên trên quả đất. Trò chơi ghê gớm gọi là Chiến Tranh.

Lòng anh trùng sâu xuống khi nghĩ đến thần phận, cảnh sống những người *"trở về"* sau lần cuộc tương tranh chấm dứt. Tình cảnh của Kerbs Harold trong Sodiers' Home của Hemingway; của Johann Moritz sau Giờ Thứ 25 của C.V. Gheorghiu; và của bao người bị đày ải, bị khinh miệt, bức hại bởi một chế độ bất nhân gọi là xã hội chủ nghĩa ở Việt Nam, những Nguyễn Hữu Luyện với 21 năm tù, Nguyễn Chí Thiện 27 năm... Cay đắng biết bao sau chiến tranh, anh lại không được xử dụng từ ngữ hàm xúc đơn giản này, bởi anh luôn trên đường đi. Đi ra xa. Đi mãi cùng thế giới. Anh không có chỗ đi về. Anh đã mất thật quê nhà.

Thi Sĩ - Người THẤY mối Đau cuối cùng, rõ nhất.

Những Tô, Linh, Tâm, Kiệt, Nguyễn, Bùi...

Những người Bạn đã viết nên Thơ,

Đọc THƠ các ông,

Tự thân trống vơ trống vốc.

Khi đến New York,

Vừa rời Melbourn...

Nửa chừng ngồi lặng,

Cất đi thôi.

Bốn cõi mở ra mù mờ sẫm tối (dùng một loạt trạng, tĩnh từ không thấy đủ) Lắng âm động, tưởng chừng như vụt tắt,

Lạnh co quắp,

Bất chợt thương thân.

Vô cùng kinh hãi.

Đường xa,

Phi trường,

Xuống.

Không một ai.

Không một ai. Chỉ tập Thơ ủ sâu trong ngực Ấm hơi vô hạn Chữ, Lời. Của rất nhiều người... Những Thi Sĩ. Rất nhiều người bạn không hiểu tại sao anh *"Làm Thơ"*. Nhưng thử hỏi. Anh còn với Ai? Làm gì?

Buổi sinh hoạt tại Trung Tâm Lamberth, London do Ngô Hữu Thạt người bạn cùng trường, đồng khóa, cũng chung quê hương Quảng Trị với anh, và những thành viên Hội Cựu Quân Nhân tổ chức là một thành công tiếp nối với những ngạc nhiên không lường trước. Hội Cựu Quân Nhân Quân Lực VNCH tại Vương Quốc Anh là lực lượng quyết định trong lần đụng trận quyết chiến năm 1988 giữa hai đối lực Quốc-Cộng, mà kết quả đã khiến chính phủ Anh có quyết định nghiêm trọng: Trục xuất viên Tham vụ thứ nhất Trần Văn Quang (Con trai Nguyễn Cơ Thạch), bởi y ta đã xử dụng vũ khí hăm dọa đoàn biểu tình trong ngày 2 Tháng 9, 1988, phản đối ngày gọi là *"quốc khánh"* của chính quyền Hà Nội.

Và cho dù Luân Đôn với sinh hoạt trầm lặng như

đặc thù chung của đất đai, khí hậu, con người. Nhưng chính nơi đây đã gây cảm xúc cao độ với bất ngờ không dấu hiệu khả thể báo trước. Bởi ở đây, anh đã gặp lại nhà báo Mạc Kinh Trần Thế Xương, cây viết xã luận của làng báo Sài Gòn hơn ba mươi năm trước, mà nay là một trong những trụ cột hàng đầu của Văn Nghệ Tiền Phong, tờ báo đã có mặt lâu dài theo vận nước, ở Miền Nam, nơi hải ngoại. Người cầm bút lão thành này trong dẫn nhập buổi sinh hoạt đã có lời thắm thiết:

"Chiến trận Mùa Hè 1972 bùng nổ, toàn làng báo Sài Gòn luôn tràn ngập tin, bài của các hãng thông tấn dẫn đầu thế giới nghiệp vụ truyền tin, AP, UPI, AFP... Chúng tôi cũng có sẵn bản tin của Bộ Quốc Phòng, Bộ Dân Vận, Việt Nam Thông Tấn Xã và những bài tường trình tại chỗ của đội ngũ thông tín viên, phóng viên chiến trường đông đảo từ khắp các mặt trận. Nhưng chúng tôi vẫn đợi của riêng anh - Những bút ký mang tên Phan Nhật Nam. Phải, chỉ riêng một mình anh mới có những giòng chữ rực lửa, viết về sức chiến đấu vô cùng - Lực chiến đấu cũng toàn Quân Dân Miền Nam. Thế nên, anh không cô đơn. Anh không hề cô đơn, cho dẫu anh đường xa bao nhiêu. Bao nhiêu dặm thế giới. Chúng tôi luôn đợi anh. Những Người Bạn hằng đợi anh từ hai mươi, ba mươi năm qua."

Anh không chỉ gặp người huynh trưởng cùng chung nghiệp dĩ văn chương báo chí, mà còn có cơ hội (tưởng như là không thực) nắm lại tay người bạn thiết Hồ Đình Nam, người mà anh đã ân cần trao gởi coi sóc em gái, Phương Khanh, trước ngày nhập ngũ, ba mươi sáu năm trước. Nhưng sự bất ngờ của ngày 13 tháng 6 ở Luân Đôn không chỉ là thế, không chỉ gặp lại Nguyễn Hữu Doãn với cái cười luôn trẻ thơ trên một nét mặt đã lắng xuống độ sâu nhất. Nỗ lực im lặng của người đã đạt được trạng thái Thiền. Bởi tại giờ phút cao độ cảm xúc khi trình bày về cảnh chết An Lộc, anh nhường máy vi âm lại cho người thiếu phụ với nét mặt trung hậu căng thẳng. Chị tiến tới, mở lời đơn giản, chất phác:

"Thưa các cô, các bác, cháu là Bích Vân, hai mươi lăm năm trước... Hai mươi lăm năm năm trước, tháng Năm năm 1972, cháu là y tá Bệnh viện An Lộc(*). Cháu không quên... Cháu không hề quên".

Chị ngừng lại. Bật khóc... Toàn hội trường nín lặng. Không ai suy đoán được điều gì đã xẩy ra. Sẽ nói đến?! Bích Vân tiếp tục giữa những tiếng nấc đứt đoạn:

"... Đêm ấy, đêm 11 tháng 5, 1972, bệnh viện Bình Long bị pháo kích (Đêm cường tập pháo kích với tám ngàn quả đạn mở đầu cho Công Trường 7 (Sư Đoàn 7 cộng sản), với chiến xa của hai Trung Đoàn 203 và 303 yểm trợ, đánh dứt điểm An Lộc theo lệnh Võ Nguyên Giáp), hai trăm người gồm thương, bệnh binh và dân chúng bị bom đạn từ đầu tháng 4, đồng bị chết cháy trên giường bệnh. Cháu dẫn một số ít đồng bào, bồng bế thêm mấy cháu nhỏ chạy ra khỏi chỗ bị pháo kích về phía xã Xa Cam. Mọi người và đám nhỏ khóc rân. Cháu kêu cầu cứu. Tiếng kêu lạc mất giữa tiếng nổ, lửa cháy... Chẳng ai cứu được ai. Hai người lính chạy tới...- Chị có hộp quẹt không? Có sữa không? Có gì cho con nít, bà già ăn không? - Tôi không có gì cả, các chú giúp tôi...(*) Bệnh viện Bình Long. (Xin xem 'Hai Mươi Bốn Giờ của Đời Người Ở An Lộc'). Không được đâu em ơi, chị vừa trong đó chạy ra đây. Việt cộng đã vào ở trong đó rồi, nó đang giết lính bị thương mấy hôm trước còn sót lại nơi

bệnh viện. - Không, em đã có cách. Người lính nói
chắc. Chú ta với bạn vụt chạy đi.

Tờ mờ sáng hôm sau, người lính trở lại. Nhưng,
chỉ một người. - Chú kia đâu rồi em? Tôi hỏi người
bạn. - Hắn.... Hắn đi rồi."

Vân òa khóc. Tiếng khóc mỗi lúc một to vang lên...
Hội trường đồng im lặng nên nghe rõ những tiếng
nấc không che dấu khác giữa người ngồi nghe...

"Cháu, cháu không hề quên. Cháu chưa có lời
cảm ơn. Chú ấy, lính Tiểu Đoàn 8 nhẩy dù, đóng chỗ
Xa Cam, phía ngoài An Lộc, hướng đi Lai Khê. Cháu
chưa được cảm ơn... Cháu không biết tên chú ấy.
Nay, có anh Nam, cũng là lính, lính nhẩy dù. Cháu xin
bắt tay anh Nam để cảm ơn chú lính đó. Chú lính đã
vì đồng bào mà chết!"

Từ lâu được tiếng bền bỉ chịu đựng, nhưng nay lần
đầu tiên trong đời, mắt anh đỏ ướt trước đám đông.
Trở về, anh qua lại eo Calais, nhìn Dunkerque, nhìn
phía Cherbourg, dọc bờ biển Normandy, nơi những
bãi đổ bộ có danh hiệu Ohama, Utah... của ngày 6
tháng 6, 1944. Lịch sử. Lịch sử là gì? Nếu không có
những Người Lính? Anh nhớ đến ánh mắt sáng rực
kiên nghị kiêu hãnh của Robert Bowen sau lớp da già
cỗi. Vẻ kiêu hãnh cao thượng của Người Lính - Người
Tự Hiến cho những ý niệm siêu hình nhưng rất sâu
xa hiện thực: Chết vì Tự Do - Bảo Vệ Phẩm Giá Con
Người. Robert M. Bowen là một trong những người
sống sót hiếm hoi của Trung Đoàn 401, lực lượng
xung kích thuộc Sư Đoàn 101 Nhảy Dù *"Screaming*
Eagle - Đại Bàng Gầm Thét" của Quân Lực Liên Bang
Bắc Mỹ. Đơn vị vào trận từ ngày D+1 nơi chiến trường
Normandy, chủ lực hứng chịu trận chiến đẫm máu
Bastogne. Chiến trận của *"Ngày Dài Nhất".*

Anh nhận ra dáng nổi bật của Người Lính giữa đám đông đang chen chúc xếp hàng lên máy bay; Hầu hết hành khách đi du lịch mùa hè - Riêng Người Lính trở về nơi chiến hữu đã nằm xuống, nơi Châu Âu, đất Pháp, vùng bờ biển Normandie năm 1944 xa xôi kia - Anh biết rõ như thế trước khi hỏi chuyện cùng người. Anh tiếp tục đường đi tới Liège, Bỉ, Hambourg, Munich, Berlin, Đức. Nơi có những Người Lính. Người Lính không ai biết tên. Người Lính không hề được vinh danh. Cay đắng, khắc nghiệt hơn, Người Lính Việt Nam hằng bị hạ nhục trên quê nhà, tại đất nước người, không phải bởi kẻ nghịch mà còn bởi khối đông mà họ đã góp máu để bảo vệ, bởi những người gọi là đồng đội như trường hợp của chính bản thân anh.

Không có Người Lính Quân Đội Quốc Gia; Người Lính Việt Nam Cộng Hòa, chế độ Hà Nội ắt hẳn đã xích hóa toàn cõi Đông Dương từ 1954 - Sự thật đơn giản cao thượng này mấy ai thấy rõ? Anh và Chiến Hữu, Bằng Hữu Thế Giới quyết thực hiện công việc cấp thiết lập lại chính danh này. Cho dẫu muộn màng. Cho dù đường xa.

Trước khi từ giã nước Pháp, chốn luôn cho người cảm giác thân mật, anh đến St. Floret, Fermont Ferrand, miền trung bộ núi non, vùng đèo Auvergne, tìm tới trước mộ Paul Lucasseau, Người Lính đã có mặt ở Đông Dương, Việt Nam, và cùng với cuộc đời Người anh vô hạn yêu thương. Trên đỉnh núi lặng im, giữa những người chết từ bao thế kỷ trước, những người chết mang những tên, họ xa lạ, Jean, Lucien, Christophe, Bernard... Những người chết từ trận Thập Tự Chinh đầu tiên với các vị tướng quân Godefroi de Bouillon; Duke de Lorrain, và Pierre L'Hermite năm1096; hoặc cách đây không lâu mà anh từng chứng kiến, sống cùng ở Việt Nam trước 1954, ở Đà Nẵng, ở Huế, miền Trung nước Việt thời thơ ấu....

Giữa những mộ chí im lìm cũ kỹ, đỉnh núi tịch mịch, thinh lặng, anh nghe ra trong nắng, gió, tiếng rì rào ngàn lau chuyển dịch như triều sóng... Sóng âm âm đêm Nha Trang hấp hối lần chạy loạn 30 tháng 3, 1975. Bãi biển chập choạng màu trăng đỏ chạch, lũ chó mất chủ hú khan rờn rợn bên những xác chết sóng tấp thành gò, đống... Bãi biển đêm ai oán lang thang những dạng người sống sót đi tìm thân nhân... Những người vừa vượt chết từ Tây Nguyên xuống, đến từ Tuy Hòa, Bình Định, ngoài Đà Nẵng lần vào. Người chết và người sống lẫn lộn dật dờ dưới sắc trăng đục ngầu ứa máu. Ma và người cùng chung cảnh địa ngục nơi dương gian.

Giờ đây, trên núi cao, sau hai mươi, ba mươi năm... Anh nghe lại thanh âm sóng biển mãi mãi, biền biệt, vô hồi không sắc tướng. Nghe về một điều không cùng có thật – Nỗi Đau vang vọng từ Quê Nhà, dội tầng tầng Địa Cầu khốn khổ. Thế Kỷ 11, 12.. nào khác Thế Kỷ 20, năm Thập Tự Viễn Chinh, Ngày 6 tháng 6, 1944, trận Điện Biên Phủ, hay lần di tản Quảng Trị, An Lộc, PleiKu 72 nào có khác gì khi Đà Nẵng, Nha Trang ngập chìm sâu vũng máu Tháng Ba. Và, cuối cùng Sài Gòn dồn dập tiếng chày vồ động xuống áo quan.

Ngày 30 tháng Tư, 1975. Ở Việt Nam.
Bốn mươi năm sau 2015. Ở Mỹ.

PHỤ LỤC
Phan Nhật Nam
Gia đình & Bằng hữu

Đôi điều về,
Người Lính-Viết Văn

Tên đầu tiên Phan Ngọc Khuê, sinh 9 tháng 9, 1943, Chánh quán Nại Cửu, Triệu Phong, Quảng Trị.

Đổi thành Phan Nhật Nam với ngày sinh mới, 28 tháng 12, 1942,

Tại: Sinh quán Phú Cát, Hương Trà, Thừa Thiên-Huế.

Tiểu Học: Mai Khôi (Huế); Saint Joseph (Đà Nẵng); Trung Học: Phan Châu Trinh, Đà Nẵng (1954-1960). Quốc Học Huế (1960-1961)

Mười bốn năm lính (1961-1975), Khóa 18 Trường Võ Bị Đà Lạt; qua các đơn vị: Tiểu Đoàn 7, 9, 2 và Lữ Đoàn 2 Nhẩy Dù; Tiểu Khu Bà Rịa, Long An;

Biệt Động Quân; Ban Liên Hợp Quân Sự Trung Ương 4 và 2 Bên.

Mười bốn năm tù (1975-1989) nơi những hầm cấm cố, tử hình, hệ thống trại giam Miền Bắc, với hai đợt kiên giam (2/1979 đến 8/1980; 9/1981 đến 5/1988).

Chỉ định cư trú, quản chế tại Lái Thiêu, Bình Dương, Miền Nam, 1990-1993.

Luôn "Học-Đọc-Viết" từ tuổi 20, 30... hoặc nay, 60,70 dù bất cứ hoàn cảnh, điều kiện nào - Để nói cho đến tận cùng về Khổ Nghiệp của mỗi Con Người đã sống cùng, gặp mặt, chứng kiến, nghe được trên vùng đất Bán Đảo

Đông Dương, nước Việt Nam suốt hơn nửa thế kỷ qua, khắp nơi trên thế giới. Thế nên, bởi "Bất Bình Tắc Minh" mà cầm viết, dụng văn chứ không do tài hoa, văn vẻ, thuộc giới trí thức, khoa bảng.

Viết bốn mươi-lăm năm (1968-2013), được Lòng Tin từ Người Đọc do chữ viết, lời nói trung thực với:

- **Dấu Binh Lửa, 1969** - Tường trình về người và chiến tranh nơi Miền Nam (1960-1968)

- **Dọc Đường Số I, 1970** - Trên quê hương, dọc con lộ, địa ngục có thật hằng ngày mở ra.

- **Ải Trần Gian, 1970** - Tự sự hóa qua biến cố chính trị, quân sự ở Huế, Đà Nẵng, Miền Trung, 1966.

- **Dựa Lưng Nỗi Chết, 1971** - Thảm họa Mùa Xuân Mậu Thân (1968) ở Huế được dựng lại với khung cảnh tiểu thuyết.

- **Mùa Hè Đỏ Lửa, 1972**- Thiên Hùng Ca Mùa Hè của Miền Nam trong trận chiến giữ đất, bảo vệ dân.

-**T ù Binh & Hòa Bình, 1974** - Lời báo động khẩn thiết sau Hòa Bình ngụy danh từ Hiệp Định biển lận, ký kết tại Paris 27 tháng 1,1973.

Đến Mỹ cuối năm 1993.

Tiếp tục công việc bị buộc phải gián đoạn từ 1975, tự thân đưa đến Bạn Đọc toàn thế giới, qua 40,000 dặm Đông-Tây, Nam-Bắc bán cầu, vòng quanh quả đất - Nơi nào có Người Việt - Người Lính-Viết Văn phải đi tới, hiện thực công việc: *"Dựng lại chân dung đích thực về Dân-Lính của quốc gia tên gọi QLVNCH".* Với:

- **Những Chuyện Cần Được Kể Lại, 1995** - Về Khổ Nạn Việt Nam không dấu hiệu chấm dứt từ 1975.

- **Đường Trường Xa Xăm, 1995** - Tâm bút của người luôn trên đường đi.

- ***Đêm Tận Thất Thanh***, **1997** - Thơ viết giữa vũng tối không cùng của hơn mười-tám năm (1975-1993), nơi Long Giao, Long Khánh; Hoàng Liên Sơn, Thanh Hoá.. ở Lái Thiêu, Bình Dương, miền Nam.

- ***Những Cột Trụ Chống Giữ Quê Hương*** - Ký Sự Nhân Vật - Về những Người hằng trải thân giữ vững lực Chiến Đấu Chính Nghĩa suốt nửa thế kỷ trên toàn cõi quê hương.

- ***Mùa Đông Giữ Lửa***, **1997** - Bút ký sau ba năm ở Mỹ để nhắc nhở bản thân, bằng hữu, những thế hệ nối tiếp hằng giữ Lửa Mùa Hè 1972 - Ngày vững tay súng Bảo Quốc-An Dân.

- ***Peace and Prisoner of War*** – Nhà Xuất Bản Kháng Chiến, 1987.

Sách đã xuất bản, dự định phổ biến trong Thế Kỷ 21:

- ***The Stories Must Be Told***, **2002**, Bút ký tường trình cùng người đọc thế giới về phận nghiệp đau thương, vô vàn của Dân Tộc Việt.

- ***Mùa Hè Đỏ Lửa*** - Tái bản lần thứ 30 sau ba-mươi năm (1972-2002) do đích thân người viết sửa chữa, hiệu đính về Ngày Hè Lẫm Liệt nơi Miền Nam.

- ***Ải Trần Gian*** - Tái bản lần thứ Nhất kể từ lần tuyệt bản năm 1970, 1975 do những chế độ cầm quyền tại Miền Nam, của Việt Nam tịch thu, tiêu hủy.

- ***Dựa Lưng Nỗi Chết*** - Tái bản lần thứ Nhất tại hải ngoại.

- ***Chuyện Dọc Đường***, **2007 (Phần I)**, Những câu chuyện nghe ra, thấy được, sống cùng.. với thảm cảnh mỗi người Việt Nam trên quê hương, khắp nơi trên thế giới, ở đất Mỹ sau 1975.

- ***A ViệtNam War Epilogue***, **2013**. Ấn bản Anh Ngữ gởi đến thế hệ người Việt trẻ thông điệp về chiến tranh

Việt Nam.

- **Phận Người –Vận Nước** – Nhà Xuất Bản Sống, 2013. Tường trình về phận nghiệp mỗi Người Việt, toàn Dân Tộc đã phải mang nặng, đang chịu đày ãi suốt cuộc chiến 1945-1975.

- **Chuyện Dọc Đường** - Nhà Xuất Bản Sống, 2013, hoàn chỉnh.

Cố gắng hoàn tất:

- **Tội Ác & Tội Lỗi** - Tiểu thuyết cố gắng tìm tới ngọn nguồn Sự Ác và Mối Tội.

- **Những Chuyện Không Thật** - Chuyện hằng ngày hiện thực những việc không thực với mỗi phận con người.

- **Thơ Viết Trong Lửa** - Thơ viết hằng ngày. Thơ sống hằng ngày.

- **Để kết thúc với Đá Nát Vàng Phai** - Trường thiên tiểu thuyết về mỗi phận mệnh của tất cả chúng ta hằng dự phần cùng vận nước.. 1954, 1963, 1968, 1972.. 1975.. 2000.. Và tiếp tục.. Nếu còn sống và có điều kiện làm việc.

MONG NGƯỜI ĐỌC HÃY THÚC DỤC LÒNG THÀNH CÙNG NGƯỜI VIẾT

TRÊN PHẦN ĐƯỜNG CUỐI ĐỜI CÒN LẠI QUÁ XA.

Nước Mỹ, Tiểu Bang California,

Kính Tường Trình

Phan Nhật Nam

Từ năm 2005: Biên Tập Viên Đài SBTN, SET, Nam California, Hoa Kỳ.

Từ năm 2012: Biên Tập Viên Sống Magazine, Nam California, Hoa Kỳ.

Phòng Kiên Giam, Trại Thanh Cẩm, Thanh Hóa
(1986-1988)

Lần tường trình đầu tiên tại Houston, Texas.
Tháng 4/1995

Trung Tâm Lambert, Luân Đôn (Anh Quốc), tháng 7/1997. Người phụ nữ xoay lưng (phải) là cô y tá Bích Vân tại Bệnh viện An Lộc năm xưa, nhân chứng sống vụ thảm sát do đạn pháo Cộng Sản ngày 12/5/1972 - đến gặp Người Lính Phan Nhật Nam.

Những thế hệ người Việt lắng nghe tác giả nói chuyện về chiến tranh Việt Nam, tại Trung Tâm FIAP, Paris (Pháp). Tháng 7/1997

Tường trình chiến tranh Việt Nam tại Hòa Lan. 2002

Nhân chứng hào hùng của những chiến tích lịch sử
và khách quý của chương trình : PHAN NHẬT NAM

Tường trình Mùa Hè Đỏ Lửa trên sân khấu ASIA,
California (Hoa Kỳ). 2005

Người lính Phan Nhật Nam tại Quảng Trị 1972.

Sinh Viên Sĩ Quan Đà Lạt, Khóa 18, Đại Đội E. Từ trái: Phạm Dự Đáo, Châu Văn Túc, Phan Nhật Nam, Nguyễn Đức Tâm. 1961.

Trương Đăng Sĩ - Tiểu Đoàn 5 Nhảy Dù - Người công chiếm Cổ Thành Đinh Công Tráng, Quảng Trị Tháng 5/1972.

Đến Úc với CHiến Binh Mũ Đỏ Long, Đức, và Trương Đăng Sĩ. 1996.

Với Thảo Trường (trái) và Phạm Long (phải) tại
Trung Tâm Công Giáo, Santa Ana, California
(Hoa Kỳ). 1997.

Trong buổi ra mắt tác phẩm "Dòng Mực Hưng
Quốc" của Giáo Sư Lê Bá Kông. Houston, 1998.

*Với bạn An Thuận, Minh Dương và Hoàng - Cơ quan
Xã Hội Việt Nam - Minnesota, 2002.*

*Với bạn văn Sài Gòn, Phan Ngọc Diên, Nguyễn Hữu
Nhật, Nguyễn Đình Toàn. California 2003.*

Mùa Hè Đỏ Lửa

Với cháu Palmela. Paris (Pháp) 1997.

Cùng phóng viên chiến trường Nguyễn Văn Phúc
tại Đông Hà, Quảng Trị, trong phái đoàn trao trả tù
binh 1973.

Với Tướng Lê Minh Đảo (Người Tù Z30D) tại Sài Gòn 1991.

Với Thầy Hiệu Trưởng Nguyễn Đăng Ngọc, và các
bạn Phan Châu Trinh. San Diego 2003.

Với bạn học trường Phan Châu Trinh sau hơn 40
năm xa cách, tại Wisconsin 2002.

Ngày Quân Lực VNCH tại Louisiana, 19/6/1995

*Với bạn thiết thân Ngô Vương Toại - Cựu Chủ
Tịch Sinh Viên Văn Khoa Sài Gòn (1965-1966) - tại
Washington D.C., 1995*

Với Mai Thảo (phải) trong "Đêm Mai Thảo" tại Washington D.C., 1995.

Đám tang Bác sĩ Tô Phạm Liệu - TĐ11ND - "Người không chịu ở lại Charlie", tại Louisiana, 1996.

Mùa Hè Đỏ Lửa

*Người Lính - Viết Văn tiếp tục đường xa ở Châu Âu.
Cô em út Phương Mai đón tại Phi cảng Charles De
Gaulle (Pháp) 1997.*

Ngày đến định cư tại Minnesota. Tháng 1/1998.

Social Worker tại cơ quan Xã Hội Việt Nam ở Minnesota, 1999.

Từ trái: Phan Nhật Nam, Phạm Bội Hoàn, Tướng Ngô Quang Trưởng, Ngô Vương Toại, tại Washington D.C., 2000.

Phan Nhật Nam trình bày về Chiến Tranh Việt Nam tại Đại Học Tokyo, ngày 14/1/2002.

Từ trái: Thân hữu, Phan Nhật Nam, Hải Quân Thiếu Tá Nguyễn Văn Hai, Người Bạn Chiến Đấu Nguyễn Chí Thiện. Huntington Beach, Noel 2007.

Với Thế Hệ Chiến Đấu Kế Tục - Giáo Sư Sử Học Nguyễn Minh Triết (Đại Học Ottawa, Canada) tại Calgary 2003.

Với thầy cũ Nguyễn Tòng tại căn nhà 410 Bali,
SAnta Ana, California 2008.

NXB Sống và Sống Magazine tổ chức ra mắt hai tác phẩm của Người Lính - Viết Văn Phan Nhật Nam: "Phận Người - Vận Nước", và "Chuyện Dọc Đường" vào ngày 12/10/2013 tại nhà hàng Paracel Seafood, Westminster California (Hoa Kỳ).

Cuộc chiến đấu tiếp tục tại Mỹ qua sự kiện NXB Sống và tác giả gởi tặng Hội H.O. Cứu Trợ Thương Phế Binh & Quả Phụ VNCH ngân phiếu 1,000 USD, nhắm hỗ trợ cho thương phế binh VNCH tại quê nhà.

Từ trái: Cựu Trung Tá Nguyễn Thị Hạnh Nhơn (đại diện Hội), cô Khánh Hòa (GĐ.NXB Sống), và tác giả Phan Nhật Nam.

Cuộc chiến đấu tiếp tục, NXB Sống và Sống Magazine tổ chức ra mắt hai ác phẩm của Người Lính - Viết Văn Phan Nhật Nam: "Phận Người - Vận Nước", và "Chuyện Dọc Đường" vào ngày 2/11/2013 tại San Jose (California).

Từ trái: Tác giả Phan Nhật Nam, Cựu Trung Tá Lê Văn Mễ, Cựu Cố Vấn TĐ11ND Thiếu Tá John J. Duffy.

Người Lính - Viết Văn tiếp tục nhiệm vụ. Tại buổi ra mắt sách ở Sacramento (California) ngày 3/11/2013

*Tiếp tục nhiệm vụ tại Virginia - Washington D.C.
trong buổi ra mắt sách do Ngụy Vũ và đài radio
NVR tổ chức. 17/1/20113*

Nhà Xuất Bản SỐNG hân hạnh giới thiệu:

Nhà Xuất Bản SỐNG hân hạnh giới thiệu:

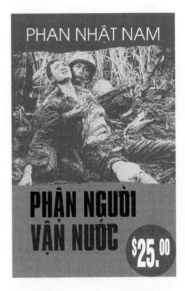

PHAN NHẬT NAM

PHẬN NGƯỜI
VẬN NƯỚC $25.⁰⁰

PHAN NHẬT NAM

CHUYỆN
DỌC ĐƯỜNG $25.⁰⁰

MÙA HÈ
ĐỎ LỬA
PHAN NHẬT NAM $22.⁰⁰

DẤU PHAN NHẬT NAM
BINH LỬA $22.⁰⁰

87763020R00183

Made in the USA
Columbia, SC
26 January 2018